NHỮNG NGƯỜI ĐƯỢC CHỌN

Thanh Đào

NHỮNG NGƯỜI ĐƯỢC CHỌN
Hồi Ký
THANH ĐÀO

Nhà xuất bản Nhân Ảnh, 2020
Ấn hành lần thứ Nhất
Amazon phát hành

Ảnh gia đình của tác giả
Thiết kế bìa: Họa sĩ Khánh Trường

Tranh bìa: Đinh Trường Chinh

Dàn trang: Lê Giang Trần

ISBN # 9781989924341

Email L/L tác giả: pthandao@gmail.com

Ấn phí $30 USD

THANH ĐÀO

NHỮNG NGƯỜI ĐƯỢC CHỌN

HỒI KÝ

NHÂN ẢNH - 2020

LỜI MỞ ĐẦU

Ai cũng có một câu chuyện để kể lại.

Tôi đã phân vân rất lâu trước khi quyết định kể lại câu chuyện mình. Bởi tôi không chắc có còn ai quan tâm đến cuộc chiến tranh Việt Nam đã chấm dứt (trên danh nghĩa) 45 năm, và kéo theo những di chứng của nó nhiều năm về sau.

Trong thời hiện tại, với kỹ năng nối kết mạng, chỉ một tích tắc, hàng triệu biến cố sẽ lập tức xảy ra, điên cuồng nhấn chìm chúng ta trong thế giới đầy thông tin nhiễu loạn. Giữa thế giới quay cuồng đó, tôi nhìn thấy anh chị em tôi, con cháu tôi, bạn bè xung quanh tôi, vẫn sống, vẫn hít thở, ăn uống, học hành, làm việc… như một sự hiển nhiên của quy luật tồn tại. Tôi nhìn vào mỗi gương mặt xung quanh mình, thấy cả hiện tại lẫn tương lai đang trôi qua, vùn vụt. Vậy, quá khứ có cần phải nhắc lại?

Tôi cũng không chắc người ta sẽ quan tâm đến câu chuyện của tôi – một người vô danh, trộn lẫn giữa chục triệu người Việt Nam lưu vong, và ly tán trong thời kết thúc chiến tranh ấy. Nhưng có quá nhiều thứ, quay quắt, đã thôi thúc tôi phải kể lại.

Việc nó có đáng được chúng ta suy tư hay không? tôi sẽ dành câu trả lời cho bạn, Người Đọc.

Nếu bạn đủ kiên nhẫn dõi theo câu chuyện tôi sắp kể, bạn sẽ tự có nhận định của mình. Liệu một quá khứ tàn nhẫn, khốc liệt như vậy, có thể nào lãng quên?

Và chúng tôi, những con người Việt Nam nhỏ bé "ngẫu nhiên" ***bị lịch sử lựa chọn***, chúng tôi phải đối mặt thế nào với hiện thực lạnh lùng và tương lai bị bẻ ngoặt, nghiền nát?

Cuốn hồi ký này tuy không chủ định nhưng lại tình cờ hoàn chỉnh và đưa đến nhà xuất bản vào đúng tháng 4 năm 2020, tròn 45 năm ngày toàn bộ miền Nam rơi vào tay Cộng sản. Có lẽ, đó cũng là "thiên ý." Để nhắc nhở chúng ta, không được lãng quên!

THANH ĐÀO

CẢM TẠ

Gợi cảm hứng cho tôi viết cuốn Hồi ký chính là chị Trâm, người chị thân thiết với tôi nhất trong gia đình 12 anh chị em. Nếu không có sự khuyến khích của chị có lẽ tôi đã không đủ kiên nhẫn để đi đến cùng; bởi những lo ngại, dằng xé khi phơi bày chuyện riêng tư ra công chúng. May mắn là cùng với chị Trâm, chồng tôi và các con tôi cũng rất ủng hộ tôi. Tất cả giúp tôi có thêm động lực, sự tự tin để một lần nữa nhìn lại cuộc đời mình vốn dĩ có rất nhiều điều tôi đã không dám nhớ tới.

Để có thể hoàn thành cuốn hồi ký này, tôi đã nhận được sự giúp đỡ thầm lặng từ một người bạn hiện đang sống ở Việt Nam. Bên cạnh công việc chính, cô ấy coi viết văn, biên kịch,... là một niềm vui và cô đã trở thành cái tên được khá nhiều người biết đến. Tuy nhiên, vì một số lý do nhạy cảm, trong sự tiếc nuối của tôi, cô ấy đã không thể công khai danh tính, cùng tôi đứng tên trong cuốn sách với cương vị là người chấp bút.

Nhìn lại quãng đường hơn một năm ròng mà chúng tôi đã cùng nhau "thai nghén," "sinh nở" ra đứa con tinh thần mang tên "Những Người Được Chọn," tôi cảm thấy như vừa leo lên đến một đỉnh núi mà mình tưởng chừng không thể nào vươn tới. Tôi muốn gửi đến người bạn ấy lời cảm ơn sâu sắc từ đáy lòng tôi.

Và hy vọng có một ngày, Việt Nam sẽ không còn quá nhiều sự cách trở về ý thức hệ, về chính kiến, về tự do tư tưởng... Ngày đó có thể chúng tôi sẽ tái bản cuốn sách, với đầy đủ danh tính, của cả cô ấy lẫn những người đã xuất hiện trong quyển Hồi ký này.

Ngoài ra, đến với nhà xuất bản Nhân Ảnh, tôi còn nhận được sự giúp đỡ rất nhiệt tình của Họa sĩ Đinh Trường Chinh, Họa sĩ Khánh Trường, anh Lê Giang Trần, chú Lê Hân... Mọi người ở NXB đã cùng nhau tận tâm chăm chút cho "đứa con" tinh thần của tôi được chào đời với dáng vẻ mà tôi vô cùng yêu thích! Xin cảm ơn tất cả.

THANH ĐÀO

CHƯƠNG I
THIÊN ĐƯỜNG SỤP ĐỔ

Tháng 4 năm 1982.

Chuyến bay đáp an toàn. Bốn anh chị em lếch thếch đặt chân xuống Dallas vào lúc tối muộn. Tôi nhớ đâu khoảng 9-10 giờ đêm. Trời lạnh, rất lạnh đối với những người lớn lên ở vùng nhiệt đới như chúng tôi.

Cả nhà ra sân bay đón 4 đứa con từ Việt Nam sang "đoàn tụ." Anh Minh, tôi, em Thu và em Nga cùng đi năm 82. Lúc đó anh Khoa và chị Linh đã có gia đình phải tách hồ sơ bảo lãnh làm riêng cho chuyến đi sau. Không ngờ đến 7 năm sau, gia đình anh Khoa và chị Linh mới có thể đi tiếp.

Tôi ngơ ngác nhìn ba, má, chị Trâm, anh Tùng, và mấy đứa em mà ngày rời khỏi Việt Nam tụi nó vẫn còn lít nhít, còn nói chưa rành như bé Tuấn, nay đã không còn hình dáng như trong ký ức của tôi. Bảy năm đối với người đã trưởng thành có vẻ không gây ra thay đổi gì mấy, nhưng chỉ cần bảy tháng với một đứa trẻ đôi khi là một tiến trình đổi thay không thể mường tượng. Cứ nhìn vào bản thân tôi thì biết! Từ tháng 4 năm 1975 đến tháng 11 năm 1975, đến mức tôi đã phải ép mình can đảm để nhớ lại quãng đời kinh khủng đó.

Tôi thấy ba má khóc, mấy anh chị cũng khóc... Cảm thấy không hiểu sao mình không thể khóc. Dù cuộc đoàn tụ này là tất cả những gì mà 7 năm qua tôi ngày đêm khao khát. Tôi chỉ thấy mơ hồ, mọi thứ như không có thực. Ban đầu, tôi cho rằng có thể là dư chấn của chuyến đi dài gần 20 ngày từ Việt Nam đến Mỹ. Trên chuyến bay chuyển tiếp, trước khi đáp xuống Thái Lan tôi đã ngất xỉu. Nghe anh Minh nói lại, làm mấy anh em sợ hết hồn! May nhờ những người đi cùng, đa số là dân xuất ngoại cùng diện ODP (Orderly Departure Program) như chúng tôi, họ xức dầu và giúp săn sóc một hồi tôi mới tỉnh lại.

Chúng tôi chờ ở Thái Lan hết hai tuần, trong một khu trại dành cho người tị nạn Việt Nam.

Phía bên kia hàng rào ngăn cách với những người đi định cư theo hồ sơ bảo lãnh hợp pháp bằng máy bay như chúng tôi, là khu trại dành cho người "vượt biên bất hợp pháp" bằng đường biển (tội danh theo luật của nhà cầm quyền Cộng sản Việt Nam). Tôi nghe nói, người ta cấm không cho hai bên tiếp xúc với nhau. Tôi không hiểu vì lý do gì mà cùng là người Việt nơi đất khách này lại không có quyền nói chuyện với nhau như người đồng hương bình thường? Chúng tôi đã làm gì sai? Sao họ lại có quyền cấm mình? Tuy thắc mắc vậy, nhưng không biết tiếng Anh lẫn tiếng Thái, hơn nữa, lần đầu tiên rời khỏi quê hương, không tránh khỏi cảm giác bất an, rụt rè, tôi đành im lặng làm theo quy định mà mình đã được báo trước. Tôi còn nhớ lúc đó, trong lòng tôi có sự choáng ngợp không nhỏ trước một nước láng giềng như Thái Lan. Sân bay Băng Cốc lúc đó thật vĩ đại so với Tân Sơn Nhất chỉ có 1 tầng. Ở sân bay Băng Cốc, lần đầu tiên tôi nhìn thấy escalator – thang cuốn. Tôi không thể ngờ được những nơi tôi sắp đặt chân đến còn vĩ đại hơn Thái Lan gấp nhiều lần!

Sau chuyến bay chuyển tiếp, đến Luân Đôn. Một người đàn ông Việt Nam ra đón và đưa chúng tôi đến chỗ tập trung chờ chuyến đi Mỹ. Đó là người đàn ông thật hòa nhã, nhiệt tình. Anh dẫn chúng tôi đến một gian hàng gọi là Cafeteria để ăn trưa. Lần đầu tiên chúng tôi, những con người vừa mới rời khỏi xứ sở của xếp hàng, tem phiếu, nên thịt cá rau gạo... đều là hàng cấm, nay được chạm đến cái gọi là một bữa ăn văn minh, toàn quyền chọn và ăn những gì mình thích. Cả nhóm ai cũng rụt rè, ngượng ngập, không biết nên làm thế nào cho đúng. Thế là dù đói gần chết nhưng mỗi người cố dằn lòng, chỉ lấy một hai món tượng trưng bỏ lên khay. Có một sự trùng hợp là trên khay ai cũng có trái táo, loại táo phương Tây to tròn, mướt mát, ở Việt Nam lúc đó hầu như không có. Chúng tôi lấy xong đồ ăn thì người đàn ông đó vui vẻ đến quầy thanh toán tiền. Đó là bữa ăn trưa lạ lẫm mà mãi đến nhiều năm về sau, tôi vẫn còn nhớ rõ.

Từ Luân Đôn không bay thẳng đến Dallas mà phải đến New York trước. Thời tiết lúc đó New York rất lạnh.

Hoặc có thể chúng tôi không quen với cái lạnh phương Tây nên càng bị lạnh buốt. Và sự nghèo nàn, trơ trọi của nhóm di dân chúng tôi càng bộc lộ ra một cách thảm hại khi chẳng ai chuẩn bị áo ấm cho khí hậu lạnh lẽo của nước Mỹ. Có thể không ai chú ý đến điều này lúc sửa soạn hành lý rời Việt Nam, mà dù có chú ý cũng không đủ khả năng sắm cho mình những chiếc áo khoác dầy cộm kia! Nhân viên Sở di trú dường như rất kinh nghiệm trong chuyện này, họ đưa tất cả nhóm đến khu vực đặt sẵn nhiều thùng carton, trong đó xếp đầy quần áo ấm, tôi đoán do các cơ sở từ thiện quyên góp. Họ cho mỗi người chọn một cái áo khoác, ai thích kiểu gì cứ chọn. Nhiều năm sau này nhớ lại, có chút cảm giác mỉa mai thỉnh thoảng nhói lên trong lòng tôi. Món đồ đầu tiên tôi nhận được trên đất Mỹ là một cái áo ấm. Nhưng tiếp theo đó là những chuyện lại rất lạnh lẽo hơn, đã xảy ra đối với một thiếu nữ mới vừa 20 tuổi như tôi. Ngay trong chính nơi tôi cần ấm áp nhất – gia đình mình.

Từ New York bay đến Dallas, tôi cứ bần thần. Tôi suy nghĩ miên man, không biết sau 7 năm gặp lại, tình cảm của ba má đối với mình sẽ như thế nào? Trẻ con bây giờ nhà ai cũng chỉ 1-2 đứa con, đứa nào cũng được cưng chìu, chúng không thể hiểu cảm giác của một đứa trẻ lớn trên giữa 11 anh chị em khác. Và sự thể hiện tình cảm của người làm cha mẹ khi chỉ có một hai đứa con cũng khác khi họ có gánh nặng một bầy 12 đứa. Là đứa con thứ 6 trong 12 đứa, vẻ ngoài bình thường, học hành không xuất sắc, tính tình ngoan ngoãn hiền lành, không có gì nổi bật, tôi đoán trong lòng ba má tôi, rằng tôi khá mờ nhạt. Khi ra đi, ba má đã không chọn mang tôi theo. Bây giờ tôi cùng 3 người con khác đến đây, có thể nếu thiếu tôi cũng chẳng sao! Ý nghĩ đó làm tôi lo lắng khôn nguôi.

Dĩ nhiên, lo lắng chỉ là lo vậy thôi. Nhưng nếu ai đó hỏi tôi có lựa chọn ở lại Việt Nam không, thì chắc chắn là không rồi! Người nào sống cùng thời với tôi những năm đó ở Việt Nam chắc không xa lạ gì câu nói: *"Nếu cây cột điện biết đi, nó cũng đi vượt biên luôn rồi!"* Cho nên, ra đi là điều tôi không hề trăn trở. Tôi nhớ đến Hùng, anh chàng hàng xóm cách nhà tôi một căn ở Sài Gòn. Có một đêm, sau khi tôi nhận được tin làm hồ sơ để được bảo lãnh đi Mỹ, Hùng trèo lên sân thượng thông qua sân thượng nhà tôi, khuyên tôi đừng đi Mỹ. Tôi biết Hùng thích mình đã lâu, nếu tôi ở lại chính là chọn ở bên cạnh Hùng. Ngoài chuyện không có tình cảm sâu nặng với Hùng, tôi luôn biết mình muốn gì. Tôi muốn rời khỏi địa ngục nơi tôi đang sống, tôi muốn đến Mỹ, đến thiên đường.

Ngồi trên xe từ sân bay Dallas về nhà, tôi thực sự shock!

Đường sá to rộng lộng lẫy ánh đèn, những tấm billboard quảng cáo đẹp ngoài sức tưởng tượng của một "Saigonese" lúc đó! Tôi nhớ tới căn nhà đã bị sự khốn khó dọn sạch đến xơ xác của mấy anh chị em tôi ở Sài Gòn. Nhớ những con đường nhỏ bụi bặm. Những đêm cúp điện tối tù mù. Những hàng cây thâm thấp... Giờ tôi mới hiểu vì sao người ta lại nhạo báng chúng tôi là *"mới ở rừng ra!"*

*

Cuối tuần đó, ba má muốn cả nhà cùng đi lễ nhà thờ.

Nếu ba má không nhắc, chắc 4 anh em tôi, những đứa vừa *"mới ở xứ Việt Cộng qua"* (theo cách nói của những người đi Mỹ từ năm 1975 trở về trước gọi chúng tôi, mấy đứa được bảo lãnh sau này, đã có thời gian sống với Việt cộng, được Việt cộng "giáo dưỡng") đã quên mất mình là người có đạo. Quả thật đói quá cũng khiến người ta không có tâm tư đâu mà nhớ đến Chúa! Từ khi ba má và các anh chị em ra đi để lại chúng tôi, rời khỏi Sài Gòn là 6 người bọn tôi đã không còn đến nhà thờ một lần nào nữa. Dù Việt cộng không hô hào vô thần, miệt thị tôn giáo, thì chúng tôi cũng không đến, trừ khi ở đó có sẵn cơm ăn áo mặc. Cuộc sống đói rách chạy ăn từng bữa, lúc đó Chúa ở đâu?

Những đứa em qua Mỹ trước chúng tôi là Phong, Hoàng, Tuấn, Trang, lúc này đã và bắt đầu vào tuổi tráng niên. Lớn nhất là Phong 15 tuổi, nhỏ nhất là Trang 8 tuổi. Tụi nó chính là những biểu tượng của *"banana generation"* như người ta hay nói, ngoài (da) vàng trong (lòng) trắng. Tụi nó nói tiếng Anh, cư xử như những đứa trẻ Mỹ chính hiệu, và "tẩy chay" chúng tôi, bọn *"ở với Việt cộng."* Với chị Trâm, anh Tùng, chúng tôi còn giao tiếp được bởi có sự gắn bó từ trước năm 75. Hai anh chị vẫn nói tiếng Việt nhiều, vẫn nhớ rõ tụi tôi như thế nào. Giữa mấy anh chị em vẫn có những ký ức tuổi thơ tươi đẹp. Riêng với những đứa em, tôi nhận thấy rõ sự không thiện cảm hẳn trong ánh mắt của chúng. Dường như sự xuất hiện của 4 anh em tôi đã làm xáo trộn mạnh mẽ đến cuộc sống thường ngày, đến cái "gia đình" mà trong ấn tượng của chúng chỉ bao gồm những con người đã cùng nhau ra đi trên chuyến bay vào tháng 4 năm 75. Còn những người ở lại, sau 7 năm, đã trở thành những kẻ xa lạ. Chúng nhìn tụi tôi sửa soạn đi nhà thờ bằng một sự im lặng đầy thù địch.

Khi đến nhà thờ, tôi mới hiểu vì sao mấy đứa em mình lại khó chịu khi cùng chúng tôi đến nơi công cộng của cộng đồng người Việt đến như vậy!

Có rất nhiều người Việt ở nhà thờ. Trong mắt tôi ai cũng tươm tất, tự tin, sang trọng. Họ túa đến tươi cười hỏi han... Trước tiên là câu chào hỏi "xã giao" mào đầu:

- Mới ở Việt cộng qua hả?

Sau đó tỏ ra "thân mật" hơn:

- Trời ơi, sao ốm quá vậy?
- Ở bển đói lắm hả?

Tôi sững sờ trước những câu chào hỏi của họ. Nhìn lại 4 anh em chắc không đứa nào nặng hơn 80 lbs. Trên mặt vẫn còn đầy vẻ hốc hác, quê mùa, gượng gạo. Tóm lại, rất biểu trưng cho 2 chữ: *"đầy phèn!"*

Nhiều năm sau, khi đã khá thân với một anh trong nhóm người Việt đi Mỹ trước 75, là bạn của anh Tùng tôi. Anh ấy không ngại ngần thổ lộ:

- Lúc đó tụi anh tò mò lắm! Muốn tới coi mấy em trông như thế nào? Vì nghe nói sống với Việt cộng rất khổ. Mà đúng thật! Nhìn mấy em hồi mới qua, y như mấy con khỉ vừa ra khỏi rừng!

Hồi ở Việt Nam tôi cho rằng mình có quyền khinh ghét Việt cộng vì những gì họ đã gây ra cho chúng tôi. Nhưng không ngờ khi đã sang đến Mỹ, những tưởng tìm lại được "đồng loại" của mình, thì tôi lại trở thành một phần của Việt cộng trong mắt họ, mặc nhiên trở thành một đối tượng "xứng đáng" bị đồng loại khinh ghét.

*

Tháng 8 năm 1982, ba má ghi danh cho tôi, em Thu, em Nga cùng vào học lớp 11 ở trường South Grand Prairie High School. Grand Prairie là một thành phố ngoại ô ven Dallas có nhiều người Việt tị nạn sống ở đó. Không hiểu vì sao cộng đồng "có cùng nơi chôn nhau cắt rốn" này lại ngầm với nhau chia người tị nạn thành 3 "tầng lớp." Người đi trước 75 là "oai"nhất, rồi đến người vượt biên ngay sau 75, cuối cùng là những người đã sống với Việt cộng một thời gian rồi được bảo lãnh qua giống tôi. Cả trường có khoảng 30 học trò người Á đông, trong đó đa phần là người Việt. Ngoài 3 chị em tôi còn có vài đứa khác cùng cảnh ngộ nên hình thành một nhóm 5-6 đứa, vì ở cấp trung học mà không biết một chữ tiếng Anh. Chúng tôi ăn mặc không giống ai, toát ra sự lôi thôi đến thảm hại. Bọn Mỹ không giao tiếp, không chơi với tụi tôi đã đành, vì hai bên có hiểu được gì nhau đâu mà giao với tiếp! Đáng ngạc nhiên là con em của hai nhóm người Việt đi trước, rất oai phong kia, cũng không thèm ngó ngàng đến chúng tôi.

Thời điểm khó chịu nhất ở trường là giờ ăn trưa. Anh Tùng ghi danh cho 3 đứa tôi, Thu, Nga, suất ăn trưa miễn phí ở trường dành cho con em những gia đình nghèo. Bữa ăn miễn phí đó thực ra rất xứng với cái gọi là "free." Thường là một phần hamburger, khoai chiên, sữa hoặc nước lọc. Nhưng trong mắt những học sinh người Mỹ, đó là một kiểu "ăn bám xã hội" rất đáng khinh. Lúc đó mới qua, 3 chị em tôi không hiểu được điều này. Trong nhà còn có Phong học lớp 9, cũng học chung trường với chúng tôi, nhưng Phong luôn mang theo đồ ăn từ nhà. Luôn luôn là phần sandwich kẹp bologna rẻ tiền. Thỉnh thoảng Phong mua đồ ăn trưa, tôi đoán má tôi có cho riêng Phong ít tiền. Hôm nào không mang theo đồ ăn trưa hay không có tiền thì Phong nhịn đói.

Suốt bữa trưa chỉ có những đứa Việt Nam không biết tiếng Anh ăn cơm xã hội tụ bạ ngồi với nhau, ngày nào cũng vậy, suốt năm học, chúng tôi không hề có thêm một người bạn mới.

Đáng sợ hơn là vào khóa học PE phải thay quần ngắn áo thun để tập luyện. Mỗi khi đến locker để thay đồ, liền có một nhóm học sinh Mỹ da đen kéo đến kiếm chuyện, chỗ locker thường là nơi kín đáo nên chúng tôi đa số là con gái mới lớn, sợ không an toàn, không dám thay quần áo, phần không biết tiếng Anh để trình bày với cô giáo dạy PE việc mình bị bắt nạt. Thời điểm đó, những hoạt động chống kỳ thị, bảo vệ nhân quyền, trong xã hội Mỹ không sôi động như bây giờ người ta sẵn sàng đi kiện những hành vi họ cho là kỳ thị. Chúng tôi là những đứa học trò ngơ ngác, không biết cách, không thể tự vệ. Và thực ra, tụi tôi cảm nhận được là cô giáo ấy cũng không ưa gì mình, hai bên lại không hiểu nhau, nên tụi tôi bỏ không học chương trình PE, cuối kỳ toàn bị cho điểm F.

Thông thường, khi đi học bị bắt nạt thì chỗ dựa chính là anh em trong nhà. Huống chi tôi có một gia đình cả chục anh em ruột đang ở Mỹ! Thế nhưng, chuyện tìm kiếm "đồng minh" giúp đỡ mình là điều không thể. Vì chính các em tôi cũng không nói chuyện với chúng tôi. Chúng nó không biết tiếng Việt, những đứa nhỏ nhất như Tuấn, Trang, không biết chữ tiếng Việt nào. Tụi nó luôn tránh né tiếp xúc với chúng tôi hết mức có thể.

Như Phong, học chung trường, ngay cả chung lớp toán Algebra 1, nhưng Phong không biết tiếng Việt, và luôn làm như không biết 3 chị em tôi, Thu, Nga là ai. Tôi từng cảm thấy xa cách Phong về chuyện này. Tuy nhiên về sau, khi Phong dọn qua Cali ở cùng tôi và anh Minh, mối quan hệ của chúng tôi đã cải thiện rất nhiều. Mỗi ngày tôi làm đồ ăn cho Phong mang theo đi làm, dù gì tôi cũng là chị của nó. Phong ít nói nhưng thực ra là một người sống nội tâm, tình cảm, lại rất khí khái. Có lần Phong nói với tôi, ước gì Phong chính là người phải ở lại Việt Nam. Bởi vì ra đi mà bị kỳ thị, bị cả một xã hội khinh rẻ như vậy, Phong thà không đi còn hơn.

Tôi hiểu cảm giác của Phong. Vào buổi ban đầu đó, thỉnh thoảng tôi đã có ý nghĩ muốn trở lại Việt Nam, có chút hối hận vì đã quyết định sang Mỹ. Và sự hối hận đó càng lớn dần lên khi chúng tôi sang chưa đến một năm, ba tôi phải nhập viện tâm thần.

*

Những ngày mới qua Mỹ, tôi vẫn còn đang bị rối mù trong mớ lộn xộn của mình khi vừa rời khỏi nơi đã sống và lớn lên, đến một nơi hoàn toàn trái ngược, nên chưa để ý tới sự khác lạ của ba má tôi so với hồi ở Việt Nam. Đến vài tuần sau, tôi nhận ra ba má tôi không ai nói chuyện với ai. Má tôi trầm lặng suốt ngày cắm cúi may đồ. Ba tôi thì phải đi khám ở bệnh viện tâm thần, uống thuốc mỗi ngày. Thậm chí có khi ông phải ở lại bệnh viện không về nhà. Lý do không gì rõ ràng, nhưng tôi có cảm giác ba tôi đang bị stress nặng.

Để lý giải cho chứng điên loạn của ba tôi, có lẽ phải lần trở về quá khứ của ông.

Ba tôi sinh năm 1928, xuất thân chủng sinh từ Đại chủng viện Xuân Bích, Hà Nội. Thời Pháp thuộc, được đi học ở trường dòng chính là một lợi thế rất lớn của mỗi đứa trẻ con nhà có điều kiện. Ba tôi được chính các linh mục Pháp dạy dỗ từ khi mới lên mười tuổi. Đến đầu thập niên 50 ông đã là chủ nhân và hiệu trưởng của một trường tư thục nhỏ ở Hà Nội. Vào khoảng thời gian này ông gặp và cưới má tôi.

Năm 1953 có lệnh tổng động viên, ông trúng tuyển khóa 10 trường Võ bị Quốc gia Việt Nam – Đà Lạt. Sau khi tốt nghiệp ông gia nhập quân đội, phục vụ một thời gian trong Tổng nha Tâm Lý Chiến (sau này là Tổng nha Chiến tranh Chính trị). Sau đó, ông xin thuyên chuyển qua bộ phận tác chiến, đóng quân khắp từ Huế, Quảng Ngãi,... cho đến miền Tây Nam phần, ông tiến dần đến cấp bậc Thiếu tá Tiểu đoàn Trưởng Tiểu đoàn 3, trực thuộc Trung Đoàn 50, Sư Đoàn 25 Bộ Binh QLVNCH.

Đến năm 1967, ông chỉ huy và bị thương trong một trận đánh khá lớn. Ký giả Walter Cronkite của đài truyền hình CBS đã phỏng vấn ông về trận đánh này. Đó là một dấu ấn trên con đường binh nghiệp mà ba tôi rất tự hào và nhắc mãi.

Cuối năm 1967 ông đánh trận bị thương lần nữa. Viên đạn đi vào bụng trổ ra lưng, cách xương sống chỉ vài ly. May là trực thăng kịp đưa ông về đến Tổng Y Viện Cộng Hòa. Bác sĩ cắt đi gần 2m ruột để cứu ông. Sau lần trọng thương này, ông không trực tiếp ra trận chiến nữa mà thuyên chuyển về phục vụ với chức danh Liên Đoàn Trưởng Khóa Sinh tại Trường Đại học Chiến tranh Chính trị Đà Lạt cho đến khi giải ngũ năm 1969.

Sau khi giải ngũ, từ năm 1969 đến 1973, ba tôi trở thành nhân viên cao cấp của cơ quan tình báo Hoa Kỳ CIA, làm việc trực tiếp dưới quyền ông Donald Roglan, người phụ trách Châu Á và Đông Nam Á. Ông đã từng thẩm vấn và phụ trách hồ sơ của nhiều sĩ quan cao cấp Cộng Sản đào thoát hay bị bắt trong khoảng thời gian này, với vai trò Phụ tá Trưởng khối nghiên cứu các vấn đề Bắc Việt.

Mùa Hè Đỏ Lửa năm 1972, ông tháp tùng cấp trên Donald Roglan, cùng các binh sĩ nhảy dù đi thị sát mặt trận Quảng Trị, nơi ác liệt nhất của chiến dịch. Chứng kiến sự chết chóc của cả 2 phía Quốc gia và Cộng sản trong những ngày kinh hoàng đó khiến người ta không thể nào bình tâm nổi để tiếp tục theo đuổi chiến tranh. Qua những gì ba tôi kể lại, làm má tôi cảm thấy lo sợ và đầy nguy hiểm. Bà khuyên ba tôi rời khỏi hẳn quân đội. Từ cuối năm 1973 cho đến trước khi phải ra đi, hai người tập trung vào công việc quản lý và giảng dạy tại trường Tư thục của ba má ở quận Tân Bình, với hy vọng về một ngày hòa bình mờ mịt.

Vào thời phong độ nhất của ông, ba tôi nắm trong tay cả ngàn binh lính dưới quyền, sinh mạng của biết bao con người xung quanh ông. Gia đình tôi ở Việt Nam thuộc hàng có địa vị, có tiền của. Hãy tưởng tượng khi chúng ta có mọi quyền lực trong tay, đến khi đột nhiên bị vùi xuống vũng bùn, tay không tấc sắt. Đó là một cảm giác không dễ chịu đựng được!

Cả nhà tôi cho đến năm 1975 vẫn sống đầm ấm trong căn nhà rộng lớn có 12 phòng, trên một con đường yên tĩnh ở Sài Gòn, nay là đường Đông Hồ, quận Tân Bình, đã bị chính quyền Cộng sản "quốc hữu hóa," nghĩa đen là "tịch thu." Từ sở hữu của gia đình tôi bỗng chốc trở thành tài sản chung "của nhân dân do nhà nước quản lý" mà không qua bất kỳ một hình thức đền bù hay trợ cấp thỏa đáng nào. Nay ngôi nhà đó đã được quy hoạch làm trường học. Chuyện về căn nhà và những người chiếm đoạt nó tôi sẽ kể nhiều hơn ở phần sau của câu chuyện, nói về quãng thời gian 7 năm mấy anh chị em tụi tôi bị *"ở với Việt cộng."* Còn vào thời trước 75, chúng tôi có một gia thế mà rất nhiều người Việt Nam mơ ước.

*

Ba tôi đã rời khỏi đỉnh cao của đời ông ở Việt Nam, và mắc kẹt với thế giới nghiệt ngã này ngay khi ông đặt chân đến Mỹ.

Lúc ba má tôi và mấy anh em chân ướt chân ráo qua Mỹ, được một nhà thờ Công giáo ở Texas bảo lãnh. Nhà thờ không muốn gia đình tôi nhận trợ cấp xã hội của chính phủ Mỹ, trở thành gánh nặng cho xã hội, đó là một hành vi bị người da trắng rất khinh rẻ, cho nên cha xứ không hướng dẫn ba má tôi làm hồ sơ xin trợ cấp. Hơn nữa, nếu như ba má tôi không có income – thu nhập từ việc đi làm thì sẽ không được chính phủ Mỹ duyệt cho bảo lãnh 6 đứa con còn lại ở Việt Nam. Người Mỹ không dại gì cho những người ăn bám xã hội kéo theo một đoàn ăn bám khác sang, để họ phải nuôi nấng. Những người có chức trách ở nhà thờ không hướng dẫn, nên dù đủ điều kiện xin trợ cấp khi có bầy con từ 1 đến 16 tuổi, ba má tôi vẫn không biết cách, nếu biết chắc họ cũng không có ý định xin trợ cấp. Họ phải tìm ngay kế sinh nhai để nuôi 6 đứa con bên nách, lại phải tìm cách liên lạc lo lắng cho 6 đứa còn kẹt ở Việt Nam.

Từ năm 1975 đến 1977, Việt Nam và Mỹ cắt đứt mọi bang giao, cả liên lạc qua điện thoại cũng không thể! Gia đình tôi ở hai phía địa cầu hoàn toàn mất liên lạc. Ba má tôi hoàn toàn không thể biết được trong 3 năm đó 6 anh chị em tôi ở Việt Nam đã sống như thế nào, gặp phải chuyện gì... Tất cả trở thành một gánh nặng kinh khủng cả về vật chất lẫn tinh thần đối với một vị Thiếu tá, từ trẻ đã gắn liền với binh nghiệp, không lo lắng chuyện kiếm sống, không bị mất kiểm soát đối với chính những người thân yêu ruột rà.

May mắn là sau thời gian ngắn dành dụm, được sự

giúp đỡ một ít từ nhà thờ, ba má tôi đã mua trả góp được một căn nhà ở Plano, thành phố ngoại ô phía Bắc của Dallas. Sau đó, để tiện cho ba tôi đi làm ở hãng Xerox, ba má đổi nhà, chuyển về Grand Prairie, phía Đông Dallas. Căn nhà này là nơi mấy anh chị em tôi từ Việt Nam qua sống ở đó. Nhà tương đối tươm tất, có 4 phòng ngủ, 1 phòng khách, 1 phòng sinh hoạt chung, 2 toilet, 2 garage. Năm 82 khi 4 anh chị em tôi qua, ba má sửa sang phòng khách lại để làm thêm phòng ngủ cho tụi tôi. Còn garage má đặt máy may làm gia công.

Qua Mỹ tôi mới biết đến giường nệm, ở Việt Nam thời đó chỉ nằm trên chiếu. Thậm chí tôi ngạc nhiên sao bên Mỹ không... giăng mùng để ngủ?! Ngẫm lại mình lúc đó, người ta cười là người *"ở rừng"* cũng không sai! Lần đầu nhìn thấy ngôi nhà như vậy của ba má, có sân có vườn, tôi nghĩ nhà mình cũng thuộc dạng khá giả ở Mỹ, nhưng không phải!

Bấy giờ ba tôi phải đi làm công trong hãng Xerox. Ngày nào ông đều mang theo bữa trưa là 2 lát sandwich kẹp bologna, giống như Phong, cộng thêm 1 trái táo. Ngày nào cũng vậy! Đến khi tôi từ Việt Nam qua cũng thấy như vậy, liên tục cho đến khi ông phải nghỉ làm, nhập viện tâm thần. Ông không dám mang đồ ăn Việt Nam theo vì sợ hâm nóng lên sẽ dậy mùi nước mắm. Người Mỹ không chịu được mùi này, ông sợ họ nghe mùi thì khó chịu, sẽ càng ghét và càng chèn ép ông hơn trong công việc. Cho nên vị Thiếu tá oai phong ngày nào, giờ đây mỗi bữa trưa đều phải cắn răng nuốt 2 lát sandwich, suốt từ năm này qua năm khác...

Tôi hỏi chị Trâm có phải vì 4 đứa chúng tôi sang Mỹ làm xáo trộn cuộc sống đã bắt đầu ổn định của gia đình, nên mới khiến ba má bất hòa, khiến ba phải nằm bệnh viện tâm thần như vậy? Chị nói không. Từ lúc mới sang, năm 75, hai người đã hục hặc rồi. Ba má nặng lời với nhau như cơm bữa. Và cũng hay cãi nhau về chuyện đã bỏ lại 6 đứa con ở Việt Nam trong hoàn cảnh binh biến đổi thay, chế độ đầy nguy hiểm và bất trắc.

Trong suốt 3 năm đứt liên lạc với chúng tôi, ở Mỹ gia đình tôi cũng chẳng yên ổn gì! Tôi đoán rằng ba cảm thấy có lỗi. Bên cạnh đó là mặc cảm thua cuộc trong một cuộc chiến tranh dai dẳng suốt 20 năm, trải dài từ khi ba còn trẻ cho đến tuổi trung niên, phải bỏ xứ ra đi. Một người đàn ông từng chinh chiến, hô mây gọi gió, bây giờ đi làm thuê trong hãng như một nhân công lao động bậc thấp, bị người ta sai khiến, coi thường… Đặt mình vào hoàn cảnh đó, chắc chắn tôi cũng sẽ gục ngã.

Nhưng ông vẫn cầm cự chưa quỵ hẳn, cho đến khi đưa được 4 anh chị em tôi từ Việt Nam sang. Giờ chỉ còn anh Khoa và chị Linh kẹt lại Sài Gòn. Tôi nghĩ ba nên vui mới đúng! Nhưng ông vẫn không vui. Ông không bao giờ hỏi chúng tôi về những năm tháng ở Việt Nam, nhất là quãng thời gian 3 năm không thư từ, điện thoại... Có lúc ông nhìn chúng tôi, trầm mặc. Tôi không biết ba nghĩ gì. Ông cũng không nói chuyện nhiều với tôi. Có chăng chỉ là những trao đổi vụn vặt thường ngày. Ba má tôi cũng như nhiều bậc cha mẹ người Việt khác, họ thương hoặc coi trọng con trai hơn con gái. Huống chi trong số những đứa con gái, tôi lại là đứa mờ nhạt nhất, không có gì tỏa sáng khiến ba gần gũi và chia sẻ những tâm tư kín đáo của ông với tôi.

Có một lần, chỉ là chuyện rất nhỏ nhưng lại làm tôi nhớ rõ, nó làm cho tôi nghĩ ba tôi thương con trai hơn con gái. Thương những đứa cùng ra đi hơn là những đứa ở lại. Đó là vào tháng 2 năm 1989, tôi từ Cali trở về nhà để chuẩn bị làm đám hỏi. Ba má tôi ra mặt không hài lòng với người chồng sắp cưới do tôi chọn. Nhưng tôi kệ! Hôm đó tôi đi xuống bếp, tình cờ ba tôi cũng đi xuống, thì đèn trong bếp bật lên. Ông quay sang tôi quát lên giận dữ:

- Mày bật đèn lên làm gì?

Tôi ngớ ra, im lặng, vì tôi không bật đèn mà là Hoàng. Hoàng vừa mới đi học về. Nhìn thấy Hoàng, ba tôi lập tức dịu giọng ngay:

- Con mới đi học về hả?

Hoàng không nói nó chính là "tội nhân" bật đèn.

Tôi nghĩ chuyện nhỏ đó chả cần giải thích. Tôi không nói gì, lẳng lặng trở về phòng.

Bởi vậy, tôi chỉ có thể cảm nhận bằng trực giác của mình về những nỗi đau mà ông đang gánh chịu. Lúc này tôi mới hiểu vì sao các em tôi không thể nói tiếng Việt. Từ khi qua Mỹ ba má tôi không nói chuyện với tụi nó. Ba đi làm cả ngày, má ở nhà may vá suốt ngày. Buổi tối gặp nhau ai cũng mệt, cáu gắt, và kết quả của chạm mặt là cãi vã, là sự lạnh lẽo chán chường, chứ không là ân cần trò chuyện hay bảo ban con cái. Để tránh bầu không khí "khủng bố" ba má tôi tạo ra, các em tôi chọn lánh mặt và tránh tiếp xúc với hai ông bà. Thành ra, mối quan hệ giữa cha mẹ và con cái càng lúc càng tách biệt... Cho đến 7 năm sau, khi chúng tôi từ Việt Nam qua, anh chị em chúng tôi không thể giao tiếp với nhau được nữa!

Tôi thầm nghĩ, nếu vì chúng tôi mà cả nhà mệt mỏi, riêng ba cảm thấy nặng nề khó chịu đến nỗi bộc phát thành bệnh điên, thà để tôi đừng sang đây, trở lại Việt Nam còn hơn!

Nghĩ thì nghĩ vậy, nhưng tôi không cách nào nói ra suy nghĩ của mình. Tôi cô độc giữa cái gia đình đông đúc đó. Lòng nặng nề với cảm giác đứng bên lề cuộc sống. Nước Mỹ lúc đó thật xa lạ, với cách vận hành của riêng nó. "Không mợ thì chợ vẫn đông," dù có tôi hay không thì vẫn vậy. Gia đình tôi không cần đến sự có mặt của tôi. Tôi lầm lũi đi học, phụ giúp việc nhà, làm thêm giúp má tôi. Không có gì hiện thân cho cái gọi là "thiên đường" Mỹ quốc như hồi ở Sài Gòn tôi từng tưởng tượng. May mà trong quãng thời gian nặng nề đó, tôi có Phụng.

*

Phụng là người Việt gốc Triều Châu, quê quán Sóc Trăng, sang Mỹ theo quy chế bảo lãnh. Quãng thời gian tôi học trung học ở Dallas, Phụng là người bạn thân nhất. Tôi thậm chí còn thương Phụng hơn cả chị em ruột của mình. Phụng tử tế, lúc nào cũng giúp đỡ tôi. Hồi đó tôi chưa biết lái xe. Phụng có người yêu là Trung đã biết lái xe và có xe riêng. Mỗi lần Phụng và Trung lái xe đi chơi Phụng đều dắt tôi theo, nghĩ lại thật tức cười khi tôi cứ làm "kỳ đà" như vậy! Phụng là một người rất sâu sắc, tôi có thể kể cho Phụng nghe mọi chuyện không sót một chi tiết, với sự tin tưởng tuyệt đối. Dù Phụng và Trung chỉ nhỏ hơn tôi 2 tuổi, cả hai đều gọi tôi là chị, nhưng Phụng chính là chỗ dựa tinh thần rất quan trọng của tôi vào thời điểm đó. Về sau, Phụng dọn về Cali và kết hôn với Trung, tôi có qua Cali ăn cưới, mừng cho họ cuối cùng đã thành đôi, dù trước kia cứ bị tôi làm phiền! Đến hiện giờ, sau mấy chục năm, tình cảm tôi dành cho Phụng vẫn không hề thay đổi.

Khi Phụng rời Dallas, một lần nữa tôi lại cảm thấy vô cùng cô độc. Thời dụng biểu của tôi ở Mỹ lúc đó chẳng khác gì một đứa trẻ con nhà nghèo ở Việt Nam. Đến trường từ 8g sáng đến 3g chiều. Về nhà bắt đầu phụ má tôi may đồ đến 11g đêm. Sau đó mới được học bài, làm homework đến 12g đêm – 1g sáng. Ngủ rồi dậy đi học, bắt đầu lặp lại một ngày y hệt hôm trước, "một ngày như mọi ngày."

Trong thời gian này, may mắn tôi có người bạn là Cẩm Vân, là dân vượt biên đi khoảng năm 79- 80, cũng học trường South Grand Prairie High School nhưng đã ra trường trước khi tôi đến Mỹ.

Hồi mới qua tôi không có xe, không biết lái xe. Vân đưa đón tôi cùng đi làm thêm công việc cắt chỉ mỗi ngày ở xưởng may gia công của anh Hải. Sau đó anh Tùng thấy ở nhà khá đông chị em nên bàn với má tôi, tự lấy đồ của hãng về may không cần qua trung gian, như vậy thu nhập sẽ khá hơn. Thời gian đầu anh Tùng là người giao dịch các thứ vì lúc đó ba tôi đã phát bệnh, hơn nữa, má tôi không biết tiếng Anh. Nhìn anh Tùng đứng ra tiếp xúc và làm mọi giấy tờ, tôi thấy rất ngưỡng mộ, nghĩ anh Tùng quá tháo vát, lanh lợi. Đó chính là sự ngộ nhận mà sau này đã đem đến cho tôi không ít rắc rối.

Thời gian đó Cẩm Vân đến phụ giúp gia đình tôi, làm thêm việc xẻ khuy và đơm nút áo cho quy trình may quần áo công nghiệp. Vân không hề lấy tiền, chỉ muốn giúp đỡ gia đình tôi, cũng như chở tôi đi làm mỗi ngày mà không bao giờ chịu để tôi phụ tiền xăng. Đến giờ, chúng tôi vẫn giữ liên lạc, dù sau này tôi không còn ở Dallas nữa nên không có nhiều cơ hội gặp gỡ nhau, nhưng ân tình của Cẩm Vân đối với tôi vẫn chưa bao giờ phai nhạt.

Vai trò của ba tôi trong giai đoạn này đã không còn là trụ cột của gia đình khi ông phải thường xuyên ra vô bệnh viện để chạy chữa. Có khi ông nhập viện một hai ngày, có khi ở hẳn trong bệnh viện vài tháng. Gánh nặng sinh nhai dồn hết lên vai của má.

Hồi đó, không phải má mà chính chị Trâm là người chăm sóc cho tôi và các anh em nhiều nhất, bằng tất cả tấm lòng của chị. Lúc mới qua được vài ngày, chị Trâm dắt tụi tôi tới tiệm cắt tóc của người Việt, tôi nhớ rõ chị chủ tiệm tên Yến, tụi tôi giỡn với nhau là đi *"gọt bớt phèn."* Cắt tóc xong chị Trâm đưa hết mấy đứa vô mall để sắm đồ mới. Chị mua cho mỗi đứa một hai đôi giày, vài bộ đồ mới, tuy chỉ là nhãn hiệu bình thường không xa xỉ gì nhưng tôi hiểu đó là sự vung tay rất lớn của chị Trâm cho các em vào lúc đó. Với đôi giày 20 đô la trong mall, ở các outlet bán đồ "out of date" chỉ khoảng 5 đô la cùng kiểu dáng, còn có cả mấy cửa hàng Thifty bán đồ cũ chỉ 1-2 đô la một cái.

Lần đầu bước vô trong mall, tôi thấy rất sang trọng, lộng lẫy, vì ở Sài Gòn lúc đó không hề có cái trung tâm mua sắm nào phô trương tầm cỡ to lớn rực rỡ choáng ngợp như vậy. Rồi anh Tùng dắt tụi tôi tới "tham quan" trường UTA nơi anh học, sau đó dắt đi ăn ở tiệm Pizza Hut gần trường cùng mấy người bạn của anh. Lần đầu ăn pizza, tôi không biết đó chỉ là món ăn rẻ tiền. Chỉ thấy tiệm pizza trang trí đẹp quá, mọi thứ "tinh tươm," tôi cho là mình đang ăn sang lắm! Chỉ có một vấn đề, theo khẩu vị của tôi, món pizza kia thật sự rất là... dở! Tôi thấy đồ ăn Việt Nam mới là ngon nhất.

Không giống bây giờ cộng đồng người Việt ở Mỹ đã đông đúc, làm ăn buôn bán nơi phố chợ Việt ở Cali rất tấp nập, những năm 80 ở thành phố Grand Prairie nơi tôi sống tuy có chợ Việt nhưng rất nhỏ. Diện tích chợ chỉ chừng $200m^2$, tuy nhiên bán cũng đầy đủ rau củ bún mắm... kiểu Việt, dù rất đắt đỏ. Mỗi khi má làm bún chả giò, bún thịt nướng cho cả nhà ăn, đều tiết kiệm không dám mua rau thơm, rau sống ăn kèm như người Việt mình hay ăn, chỉ mua xà lách và ngò, vì hai thứ đó rẻ. Trên vai là gánh nặng cả chục đứa con, má phải dè xẻn từng đồng bạc.

Với công việc nhận đồ từ các "đầu mối" về nhà may gia công, mấy đứa con gái trong nhà đều bị má "trưng dụng" làm nhân công. Máy móc đặt trong garage nên chúng tôi tập trung làm việc ở đó. Dallas thời tiết mùa đông có ngày dưới 30 độ F, rất lạnh, nhất là đối với tôi ở Việt nam mới qua. Garage không đủ ấm nên chị em tôi quấn dầy quần áo, co cụm lại với nhau để làm việc. Đến mùa hè nhiệt độ có khi lên đến 120 độ F, và garage thì không có máy lạnh. Dù má tôi mua nhiều quạt máy dùng trong nhà xe để giải nhiệt nhưng cũng không thấm vào đâu. Mấy mẹ con quần quật làm việc mỗi ngày dưới thời tiết khắc nhiệt đó.

Có những đêm má tôi ngồi may đến sáng để kịp giao đồ cho hãng. Nên không trách được vì sao bà không đủ thời giờ quan tâm dạy dỗ các em tôi. Để cho những trận sốc văn hóa, những rào cản về phong tục tập quán và cả ngôn ngữ, làm chúng tôi trở nên cách biệt. Tôi chỉ muốn kể lại để mọi người hình dung ra những khổ cực ban đầu là như thế nào... Con đường đó không có hoa hồng ngoại trừ được lót bằng biết bao hy sinh, nhẫn nại.

Tôi không khéo tay nên may không đẹp, má tôi chê suốt. Ngại bị chê nên tôi thường giành phần nấu cơm rửa chén để các chị em khác may đẹp hơn. Nhưng nấu cơm rửa chén má tôi vẫn chê, cơm không ngon, rửa chén rất vụng. Tôi bị la rầy nhiều đến mức tôi nghĩ má tôi không thương tôi như những anh chị em khác. Dù tôi đã rất cố gắng giúp đỡ, cố gắng làm bà hài lòng, nhưng bà vẫn không thương tôi. Có lúc tôi nghĩ, với xuất thân là cô giáo, tánh má tôi rất nghiêm khắc với con cái cũng là bình thường, vì má muốn tốt cho tôi nên má mới la. Nhưng mỗi khi bị má la tôi vẫn rất tủi thân, trốn vào restroom khóc một mình suốt!

Lúc đó cộng đồng người Việt ở Mỹ còn khá ít ỏi, thời gian gặp nhau không nhiều, chủ yếu chỉ những khi đi nhà thờ, còn lại thì quần quật kiếm sống. Cho dù đến nhà thờ thì mối quan hệ cũng rất qua loa hời hợt. Không giống như ở Việt Nam, nơi tôi vừa rời khỏi, gặp nhau là ân cần hỏi han, tình làng nghĩa xóm... Cảm giác như bị cô lập bởi ngôn ngữ khác, suy nghĩ khác, môi trường khác, điều kiện địa vị, khả năng kinh tế cũng khác. Nên khi cô đơn, nỗi cô đơn đó thật không dễ có người để chia sẻ. Tôi nghĩ đây chính là những nỗi niềm mà những em du học sinh, những người đi diện HO, được bảo lãnh... ít nhiều gì cũng đã từng nếm trải.

Tuy nhiên, sau này khi trưởng thành, tôi nghĩ không chỉ có nước Mỹ mới như vậy. Xã hội nào cũng có những kỳ thị bất công, và đánh giá nhau qua tài sản vật chất, qua sự thành công của người đến trước đến sau. Ngay cả dân bản xứ họ vẫn còn kỳ thị vùng miền Nam Bắc, người dưới quê, người thành phố, huống chi mình là dân tị nạn. Không chỉ có người Mỹ kỳ thị người Việt mà chính người Việt cũng kỳ thị lẫn nhau. Họ mặc nhiên cho rằng những người ở xứ Mỹ "thiên đường" ai cũng thành công. Thời gian đầu khi chính quyền Việt Nam mở cửa cho Việt kiều về thăm quê hương giữa lúc Việt Nam còn khó khăn, đã tạo ra ánh hào quang lấp lánh cho những Việt kiều này, làm cho người Việt ở quê hương lầm tưởng ai ở Mỹ cũng giàu có và sung sướng. Nhưng đó chỉ là quan điểm bất cập vào những năm 1990 mà thôi. Ngày nay, có thể nói sau thời gian mở cửa, rất nhiều người ở Việt Nam đã bắt đầu thành công bằng nhiều cách khác nhau. Từ tài năng thực sự cho đến phương cách luồn lách, hoặc là con ông cháu cha... đủ mọi thành phần. Từ đó mở ra một giai đoạn mới cho người Việt, và họ không còn ngưỡng mộ Việt kiều nữa. Thay vào đó, bắt đầu có sự dè bỉu, xem thường, từ nghề làm nail cho đến những người sống bằng trợ cấp thất nghiệp.

Nói chung, mọi chuyện lại bắt đầu từ những người ảo tưởng về mình ở Mỹ, và những người Việt Nam giàu xổi. Xã hội nào cũng có vấn đề của nó. Chỉ có điều, ở Mỹ người ta học được tính tự lập về mọi mặt. Phụ nữ ở Mỹ được tôn trọng hơn, và không phụ thuộc tài chính vào người đàn ông. Đó đối với tôi đã đủ là thiên đường.

Tôi thấy mình rất may mắn khi lấy được một người chồng rất tốt về nhiều mặt. Chồng tôi lúc nào cũng lo lắng và hỗ trợ tôi trong mọi vấn đề. Ngay cả chuyện viết cuốn hồi ký này nếu không có sự giúp đỡ và khuyến khích của anh chắc tôi đã bỏ cuộc. Vì để đi ngược lại thời gian, cần rất nhiều tâm sức cũng như tốn kém. Nhưng bên cạnh tôi đã có một người bạn đời hiểu biết, thông cảm, và vững vàng. Từ sự chia sẻ đó, tôi luôn cảm thấy tự tin để làm mọi thứ mà mình ấp ủ.

Nhưng đó là chuyện của sau này, còn thời điểm ấy, khi sự buồn bã, mặc cảm lên đến đỉnh điểm, tôi tìm hiểu thông tin, và viết thư cho một nhà dòng ở Missouri, trình bày ý nguyện muốn trở thành nữ tu sĩ, xin họ nhận tôi vào tu viện. Vài ngày sau khi gửi thư, có người ở tu viện liên lạc lại với tôi. Lúc đó má tôi mới ngỡ ngàng phát giác ý định của tôi. Tôi không dám nói vì cảm thấy ngột ngạt với bầu không khí trong nhà, vì cảm thấy má không thương tôi mà tôi muốn rời khỏi gia đình. Tôi chỉ dám nói với má một cách đơn giản nhất, là tôi thích đi tu. Má tôi sững sờ lặng đi mất một lúc.

Con đường tu hành của tôi đã bị cắt đứt từ khi chưa kịp bắt đầu.

Về sau, má và tôi không ai nhắc lại chuyện này. Tuy nhiên, tôi thấy má đã bớt la rầy tôi, thay vào đó là sự đề phòng, lạnh nhạt. Có lẽ má đã tự nhận ra lý do thực sự đàng sau cái "sở thích" muốn đi tu của tôi. Tôi còn quá trẻ, quá non nớt. Suy nghĩ của một cô gái 20 tuổi không hiểu thấu được hết lẽ nhân sinh phức tạp. Tôi thà bị má la rầy nhưng gần gũi yêu thương tôi, còn hơn lạnh nhạt như vậy. Dần dần, tôi với bà hầu như không còn nói chuyện với nhau nữa.

Tôi không thể tưởng tượng nổi, một người mẹ và con gái, lại không thể nói chuyện với nhau.

CHƯƠNG II

CHÚNG TÔI LÀ AI?

Tháng 12 năm 1986, tôi quyết định rời khỏi Dallas, dọn về California ở với anh Minh. Tính ra tôi ở với ba má đúng bốn năm rưỡi. Trong suốt mấy năm đó, dù sống trong một mái nhà, thở chung một bầu không khí, nhưng mối quan hệ gia đình của chúng tôi không hề cải thiện được chút nào! Sự ngột ngạt vẫn bao trùm từ lúc tôi đến Mỹ cho tới khi tôi rời đi.

Hồi đó tôi rất buồn, cảm thấy hụt hẫng và cô độc. Nhưng bây giờ, mấy chục năm đã trôi qua, khi bắt đầu viết cuốn hồi ký này, ngay những dòng đầu tiên, tôi bỗng nhận ra từ lâu rồi tôi đã không còn giận hờn gì nữa đối với ba má anh chị, nhất là đối với các em tôi, những đứa em đã được chọn đưa qua Mỹ vào tháng 4 năm 1975 ấy.

Mặc dù những gì tôi cảm nhận được về mấy đứa em tôi rất vụn vặt, đứt gãy. Chỉ là những mẩu chuyện tủn mủn mà bất chợt thỉnh thoảng tôi nghe ai đó kể lại, nhưng tôi không còn nhớ nữa, hoặc sau này chính đứa em đó kể lại, lúc tôi đã biết tiếng Anh đủ để nói chuyện với tụi nó… tôi cũng không nhớ ra. Chúng tôi có quá ít cơ hội lẫn nhu cầu được nói chuyện với nhau.

Và thời gian đúng là không buông tha ai. Ngay sau đám tang ba tôi, tôi chợt nhận ra sự tàn nhẫn của Tạo hóa. Đấng siêu nhiên nếu có ấy, đã bày ra tất cả, để rồi lấy đi tất cả, vào lúc chúng ta không ngờ nhất. Tôi từng xem hai bộ phim, một cũ một mới, một cho người lớn một cho con nít, của Hollywood sản xuất, là *Stand Up Guys* với ngôi sao già Al Pacino đóng vai chính và *Coco* – phim hoạt hình từng làm mưa làm gió khắp thế giới năm 2017. Trong Stand Up Guys, lúc chôn cất người bạn, giữa nghĩa trang vắng lặng chỉ có 3 ông già mòn mỏi đứng với nhau, nhân vật của Al Pacino đã nói đại ý: *Mỗi người đều có hai lần chết. Một lần khi chôn vào quan tài. Nhưng lần thứ 2 là lần anh ta sẽ thật sự chết đi. Đó là khi không còn ai trên cõi đời này nhớ đến anh ta nữa.*

Vâng, ngay vào lúc người cuối cùng còn sống trên đời đã từng quen biết bạn, nhớ về bạn, yêu thương bạn, từng có với bạn những hồi ức… cũng chết đi, thì với bạn, đó chính là cái chết thật sự và vĩnh viễn.

Trong Coco, cả bộ phim cũng chỉ nói về một điều như thế. Chúng ta phải kính nhớ về tổ tiên, từ đời này sang đời khác. Nếu không thì ở thế giới bên kia, tổ tiên của ta sẽ thật sự tan biến.

Tôi nghĩ đến một ngày chính tôi cũng già đến mức không còn nhớ gì nữa, về tất cả những gì đã xảy ra với chúng tôi, thì cuộc sống này, những vụn vỡ này, của tôi, của gia đình tôi, của những người Việt Nam lưu vong như chúng tôi, có phải sẽ tan biến đi trong đời sống? Sẽ không còn ai nhớ, quan tâm, nghĩ về những gì đã xảy ra, về những hồi ức của chúng tôi. Như thế, liệu có công bằng? Rốt cuộc thì, tất cả những đau đớn chúng tôi đã trải qua, mang ý nghĩa gì trên cõi đời này chứ?

Kể từ sau đám tang ba tôi, tôi cứ mãi nghĩ về điều đó. Về một mong muốn rằng các con tôi, cháu tôi, những đứa trẻ gốc Việt thế hệ sau chúng tôi, ngay cả chính chúng tôi, nếu không thể HIỂU được những gì đã xảy ra, thì ít nhất, hãy NHỚ về chúng. Để làm gì? Tôi không biết. Nhưng tôi không cam tâm để tất cả chìm vào quên lãng.

Đứa em mà khi nghĩ về thời niên thiếu, tôi luôn nhớ về nó nhất, chính là Phong.

Phải, chính là đứa em khi học chung lớp làm ngơ không chịu nhận tôi là chị. Đứa em thà nhịn đói bữa trưa chứ không nhận suất ăn miễn phí ở trường. Đứa em từng nói nó muốn bị bỏ lại Việt Nam rồi ra sao thì ra, còn hơn sang Mỹ lại bị kỳ thị.

Tôi nhớ lúc tôi còn sống ở Dallas với cả nhà, suốt ngày tôi không thấy Phong đâu. Đi học về là nó đến nhà đứa bạn hàng xóm ở cách nhà tôi 7-8 căn gì đó. Nó ở đó cho đến khuya, có khi mấy ngày không về nhà. Ba má tôi không ai phát giác để kêu nó về. Dù rất trọng nam khinh nữ, thiên vị mấy đứa con trai, nhưng thực ra ông bà cũng không có đủ thời gian để quan tâm đến bất cứ đứa con nào một cách đặc biệt. Không riêng Phong, tất cả anh em tôi đều lớn lên như vậy, không ai quan tâm, không ai dạy dỗ, cứ như cỏ dại cứ tự lớn lên.

Hay là Tuấn, đứa em trai út của tôi, tuổi thơ nó không có lấy một người bạn. Ở nhà nó chơi với bé Trang, như hai đứa con gái lầm lũi với búp bê, hoa cỏ… Ở trường lúc nào nó cũng cố cúi đầu xuống hoặc tập trung đọc sách để không làm phiền ai, không ai chú ý, vì nó sợ bị bắt nạt. Tôi hiểu bên trong con người Tuấn có đầy những khổ đau và dằng xé mà trong giới hạn và tôn trọng sự riêng tư thuộc về cuộc đời mỗi cá nhân, tôi không thể đang tâm đào sâu hơn vào bên trong đó. Tôi chỉ có thể nói, cuộc đời của Tuấn là một chuỗi bi kịch không thể chia sẻ cho bất kỳ ai.

Mấy người con trai trong gia đình tôi lớn lên rất vất vả. Kể cả Hoàng, nó học rất giỏi, đã lấy bằng thạc sĩ về Ngôn ngữ học, thạc sĩ Kinh tế học. Thế nhưng nó không làm được gì, xếp bằng cấp vào một xó, ở với má tôi và chăm sóc bệnh tật cho bà suốt mười mấy năm nay.

Đó chính là đại diện của một thế hệ bị "left out," cách nói miêu tả những người di dân, nôm na là bị bỏ rơi, lạc loài, phát sinh bởi cuộc di dân đã làm mất gốc bản xứ, đồng thời cũng không thể hòa nhập được vào văn hóa Mỹ. Điều này cũng không có gì khó hiểu.

Các em theo ba má tôi đến đây khi còn quá nhỏ, không biết tiếng Việt, không hiểu gì về văn hóa Việt Nam. Quê hương trong lòng tụi nó chưa có hoặc không còn gì cả. Nó đã bị đứt lìa ra khỏi cội nguồn, không thể lớn lên với nền tảng tư tưởng, văn hóa Á đông. Không ai dạy chúng tiếng Việt, văn hóa Việt. Và thực bất hạnh là ngoài trường học – nơi tụi nó bị kỳ thị và xa lánh, thì ở nhà, cũng không có ai để dạy cho tụi nó về nước Mỹ, về người Mỹ, và cách hòa nhập văn hóa Mỹ. Bởi vì người lớn trong nhà chính là ba má. Một người bị tâm thần, một người chỉ lo kiếm sống. Bà con xung quanh đâu có ai! Không giống ở Việt Nam, bước chân ra là hàng xóm chú Ba thím Bảy, đi loanh quanh chút là gặp họ hàng thân sơ bên nội bên ngoại. Các em tôi đơn độc, bị mắc kẹt với hoàn cảnh mà ba má đã tạo ra qua cuộc lưu vong này, với những trở ngại mà chính tụi nó cũng không dễ gì nhận ra.

Cho đến khi chúng tôi xuất hiện, càng làm lộ rõ hơn sự ngăn cách. Bởi vì từ vị trí bị coi thường, bị bắt nạt, tụi nó bỗng phát hiện còn có những người tệ hơn, "yếu thế" hơn cả tụi nó. Đó là chúng tôi, những đứa từ Việt Nam mới qua, rất đáng bị coi thường, bị bắt nạt!

Dù không hòa nhập được, nhưng tụi nó đã ở Mỹ trước chúng tôi 7 năm. Tụi nó ăn kiểu Mỹ, nói tiếng Mỹ, tóc tai ăn mặc như người Mỹ. Người ta gọi tụi nó là *"công dân hạng 2."* Còn chúng tôi, *"mới ở rừng ra,"* ngay cả nhìn bề ngoài đã thấy lập dị, khốn khó. Ba má tôi không quan tâm, nên chúng tôi cứ ngu ngơ như thế. May là chị Trâm còn dắt đi cắt tóc, mua quần áo… Nhưng vẫn không thể *"gọt hết phèn."* Chúng tôi xuất hiện với dáng vẻ thất bại, chính là cái kim lâu ngày đã châm chích vào tình cảm gia đình vốn dĩ như quả bóng căng hơi bỗng bùng nổ. Trước nay chúng tôi chỉ có mặt trong những cuộc cãi vã khi ba má đổ lỗi cho nhau, nay thì chúng tôi là 4 con người rành rành đây, lại là những con người quê kệch, thiếu hiểu biết, dị hợm, gây xấu hổ… Tôi không biết còn tính từ nào phù hợp hơn để mô tả chúng tôi lúc đó hay không?! Nhưng thực tế là khi bạn yếu ớt, thua kém, bạn sẽ trở thành mục tiêu dễ dàng nhất cho mọi sự chà đạp, khinh bỉ, kể cả ĐỔ LỖI.

Tôi tin rằng, nhóm anh chị em 6 đứa bị bỏ lại Việt Nam của chúng tôi đã từng bị đổ lỗi bởi chính gia đình mình, bởi chính những người đã chọn bỏ mặc chúng tôi và ra đi. Trong thời khắc định mệnh ấy, chúng tôi đã nhu nhược chấp nhận bị bỏ rơi, và mặc nhiên, về sau lại bị đổ lỗi vì một lỗi lầm mà chúng tôi không hề gây ra.

Sau này chị Trâm tâm sự với tôi, lúc đầu chị đã cố gắng để có thể hòa nhập và mong muốn trở thành người bản xứ. Riêng tôi và Thu, Nga có lẽ không như vậy. Nhất là tôi, tôi chẳng bao giờ có nhu cầu phải trở thành dân bản xứ. Tôi biết mình là ai, tôi là người Việt Nam, có những phong tục tập quán Việt Nam của mình rất đáng trân trọng. Nếu chính mình nhận thức được điều đó, mình sẽ không lung lay, sẽ biết tự hào, làm cho tinh thần mình mạnh mẽ hơn, không phải mặc cảm, hay lo lắng người khác không chấp nhận mình khi mình không giống họ. Có lẽ đó là điều quý giá nhất mà quê hương đã dạy cho tôi khi bị ba má bỏ lại.

Đến giờ đây, ngồi viết những dòng này, tôi vẫn không cảm thấy buồn hay tủi thân vì những ngày bị bỏ rơi đó. Tôi lại cảm thấy biết ơn khi mình đã trải nghiệm được những giai đoạn sau năm 1975 để hình thành nên nhân cách của tôi hôm nay. Tôi luôn kể cho các con tôi nghe về những ngày khổ cực ở Việt Nam, những hy sinh của chị Linh để bảo bọc chúng tôi. Và luôn nhắc các con hãy biết thương yêu những người thiếu thốn.

Lần về quê Huy ở Bến Tre năm 2014 để các con tôi thăm mộ ông Nội, người em út của Huy mời cả gia đình chúng tôi về nhà ăn trưa. Sean con trai nhỏ của tôi lúc đó mới học xong high school, nó muốn đi vệ sinh. Mai, em dâu út của Huy lúc đó đã bật khóc vì ngại nhà không có nhà vệ sinh giống như bên Mỹ. Sean nhìn thấy Mai khóc thì rất cảm động, cháu bất giác móc túi ra cho Mai mấy chục đô, tôi không nhớ rõ. Sau khi trở về, Sean nói:

- Con thấy thương và tội nghiệp cô Mai lắm mẹ!

Trở lại cuộc sống ban đầu ở Mỹ, tôi rời nhà ba má sau khi học được hai năm rưỡi đại học và vì không muốn tiếp tục ở trong môi trường đầy những con người có khuynh hướng trầm cảm mờ mịt. Tôi nhận ra mình còn trẻ, mình không thể chết chìm trong tuyệt vọng ở Dallas. Nếu không đi tu được thì tôi vẫn phải cố tìm một lối thoát cho mình.

Đám cưới anh Minh năm 1986, tôi sang Cali dự lễ cưới, và quyết định sẽ chuyển đến đó sống. Cali ấm áp, sinh động, khá nhiều người Việt. Quan trọng hơn là tôi còn có thể đi làm ở đó để tự kiếm sống. Tôi muốn tự lập và trưởng thành.

*

Tôi bắt đầu công việc chính thức đầu tiên của mình ở Tustin, một thành phố thuộc quận Orange, bang

California vào năm 1987, trong một tổ hợp y tế tên là Vista Radiology Inc. Tustin nằm sát cạnh Santa Ana nên khá đông người Việt sinh sống. Tôi làm bộ phận quang tuyến, phụ trách nhập liệu, lập hồ sơ thanh toán và bảo hiểm cho bệnh nhân, khách hàng. Ở sở làm tôi may mắn được quen bà Yvonne Walters, có chồng là ông Daniel. Bà Yvonne lớn hơn tôi khoảng 20 tuổi, là kỹ thuật viên chụp quang tuyến, người Canada gốc Ba Lan, cực kỳ tử tế. Bà yêu thích văn hóa Á đông, sưu tầm rất nhiều đồ gốm sứ Trung Quốc. Ngoài gốm sứ bà còn có một bộ sưu tập tranh rất ấn tượng. Tôi nghe nói có những bức của danh họa, giá trị phải hàng triệu dollar!... Và bà rất thích đồ ăn châu Á, đặc biệt các món ăn Việt Nam. Chúng tôi thường hay đi ăn với nhau. Lần nào vợ chồng bà cũng ăn phở và bò 7 món, đặc biệt luôn giành phần trả tiền cho tôi, một hành động khá hiếm trong văn hóa người Mỹ.

Sau này khi xảy ra sự việc kinh khủng giữa vợ chồng tôi và anh Tùng, bà Yvonne đã giúp đỡ tôi rất nhiều, cả về pháp lý lẫn tinh thần. Bà và ông Daniel giới thiệu luật sư John Cadden hỗ trợ chúng tôi giải quyết vụ kiện cáo. Bà còn gọi điện an ủi, hỏi han. Trái ngược với ba má tôi đứng về phía anh Tùng, trách móc tôi không tiếc lời. Sau vụ kiện đó, ba má và tôi không liên lạc với nhau suốt 5 năm. Lý do như tôi đã nói, trong gia đình tôi, con trai luôn đúng.

Cho đến bây giờ chúng tôi vẫn qua lại thân thiết với ông bà. Hàng năm, nếu không gì trở ngại, vợ chồng con cái nhà tôi sẽ cùng ăn lễ Thanksgiving & mừng Giáng

Sinh với họ. Hai đứa con tôi đều nhận bà Yvonne, ông Daniel làm cha mẹ đỡ đầu. Ông bà coi chúng tôi như ruột thịt. Bà Yvonne còn đi du lịch Việt Nam, Nhật Bản, Trung Quốc với vợ chồng tôi. Bà Yvonne rất vui vẻ với những chuyến đi thăm châu Á. Có lúc bà còn nói với tôi: *"Chắc kiếp trước tôi là người châu Á!"*

Ngoài người bạn lớn tuổi dễ thương ấy, tôi cũng bắt đầu yêu đương.

Ở Tustin, tôi gặp và quen Nam.

Lúc đó Nam đang học đại học ở Cal Poly Pomona, ngoài giờ học thì đi làm thêm. Nam 28 tuổi, hơn tôi 2 tuổi, khá hiền lành dễ thương. Sau một thời gian ngắn quen nhau, tôi đã bắt đầu nghĩ đến một mối quan hệ nghiêm túc với Nam.

Ngoài Nam ra, tôi cũng có nhiều người theo đuổi. Tôi nghĩ mình không thuộc dạng xinh đẹp nhưng rất vui vẻ thân thiện, khiến cho người khác dễ có cảm tình. Hồi học đại học ở Dallas, tôi rất thân với Duy. Duy nhỏ hơn tôi 2 tuổi, là em của người bạn thân tôi tên Loan. Duy lúc nào cũng tò tò theo tôi, tôi muốn gì Duy cũng chiều. Nhưng tôi chỉ thích Duy như thích một người bạn đáng mến, cậu ấy không phải style người yêu mà tôi muốn. Tôi lại còn "lãng mạn" làm quen với một anh chàng qua mục Kết Bạn Thư Tín, giống như online-dating bây giờ. Tuy nhiên cũng chả đi đến đâu.

Khi quen Nam tôi đã 26 tuổi, độ tuổi mà ở Việt Nam thời đó đàn bà đã con nách con bồng. Tôi quyết định tập trung vào Nam. Còn nhớ lần đó tôi hẹn với một người cũng thích tôi tên Trường đi ăn sáng. Khi sắp đến giờ đi, tự dưng Nam xuất hiện, nói muốn làm tôi ngạc nhiên nên âm thầm đến mời tôi đi chơi. Tôi định im lặng đi luôn, cho Trường "leo cây." Nhưng không ngờ vừa lúc đó Trường cũng trờ xe tới. Tôi tỉnh bơ nói với Nam:

- Em cũng không biết người đó là ai!

- Vậy em ra hỏi xem anh ấy đến tìm ai? – Nam vẫn không biết gì.

Tôi lẹ lẹ chạy ra, nói xin lỗi Trường, tôi có việc phải đi mất rồi, không ăn sáng với anh được.

Trường đành ra về, còn tôi hí hửng đi chơi với Nam. Nghĩ lại, tuổi trẻ nhiều khi cư xử nông nổi, thật quá đáng! Nhưng tâm lý con gái mà, được đàn ông tranh giành như vậy thấy thể diện cũng hơi được ve vuốt!

Sau này khi tôi sắp lấy chồng, Trường biết tin, gửi cho tôi một bức thư tình rất nồng nàn, khuyên tôi suy nghĩ lại, Trường rất chân thành muốn cưới tôi. Tình cờ má tôi cũng đọc được thư, bà hỏi: "*Nó viết thư cảm động vậy sao mày không lấy nó?*"

Thực ra có cảm động hay không cũng không quan trọng, vì tôi không yêu Trường. Nhất là tôi luôn có cảm giác Trường là người hơi keo kiệt. Với tôi đó là tật xấu tối kỵ của đàn ông. Khi đó tôi còn trẻ, nghĩ lại không biết mình có đánh giá đúng về Trường không, nhưng có một chuyện làm tôi ấn tượng và muốn tách ra khỏi Trường.

Lần đó Trường mời tôi đi ăn sáng. Đúng dịp Phong em trai tôi vừa dọn qua Cali ở với anh Minh và tôi, nên tôi đưa Phong đi cùng cho vui. Khi ăn xong, tôi tự giác trả tiền, Trường thản nhiên không phản ứng gì. Ra về, Phong cứ thắc mắc:

- Sao ông này kỳ cục vậy? Sao chị lại phải trả tiền?

Tôi đành nói cho qua chuyện:

- Anh ta mời chị, nhưng chị dắt theo em, nên chị trả cho rồi.

Nói là nói vậy, nhưng tôi vẫn thấy khó chịu về cách cư xử của Trường, và dĩ nhiên, không thể nào xuất hiện tình yêu giữa tôi và anh ta được.

Yêu đương với Nam được hơn một năm thì tôi bắt đầu đề cập đến chuyện cưới xin. Nam có vẻ chần chừ. Tôi nói làm đám hỏi trước cũng được, khi nào cả hai thấy thuận tiện thoải mái sẽ làm đám cưới. Nam vẫn chần chừ. Tôi vừa tự ái, vừa thấy không an tâm rõ ràng với một mối quan hệ như vậy, không muốn mất thời gian vô ích, tôi viết thư đề nghị chia tay. Nam cũng chỉ phản ứng cho có lệ, thế là chúng tôi chia tay nhau trong lặng lẽ, giống như chưa từng yêu nhau bao giờ!

*

Là một người rất lý trí trong tình cảm, chia tay Nam xong, tôi bình tĩnh chờ đợi một mối quan hệ mới, cứ nghĩ là "tùy duyên."

Thời điểm đó, tôi tình cờ gặp lại anh Quí, một người bạn cùng học đại học UTA ở Dallas. Quí vừa dọn sang Cali ở, là bạn tôi quen biết và rất thân với Huy. Tôi chưa kể gì về Huy vì cho đến lúc ấy, tôi chưa bao giờ nghĩ mình sẽ yêu Huy.

Cũng như Duy, tôi quen Huy ở Dallas, cũng nhỏ hơn tôi 2 tuổi. Nếu như Duy bị oversize thì Huy vóc người nhỏ gầy, nhút nhát, ít nói. Nên hồi ở UTA tôi rất thân, đi đâu cũng đi với Duy, còn Huy thì làm tôi cảm thấy khó gần, nên không gắn bó nhiều.

Tuy nhiên, Huy lại rất nhiệt tình với tôi. Nhà tôi ở xa trường, tôi lại không có xe riêng. Buổi sáng 3 chị em tôi, Thu, Nga cùng đi học bằng chiếc xe cũ của chị Trâm để lại. Tan lớp tôi thường về trước, Thu và Nga hay ở lại học thêm. Ngày nào Huy cũng cho tôi quá giang về nhà. Để đưa tôi về, Huy phải vòng trở lại hơn 20 dặm, nhưng vẫn nói với tôi là không sao, tiện đường. Tôi biết nhưng thôi kệ. Tôi nghĩ mình là người khá thực dụng. Tôi không thích Huy nhưng thấy được đi xe miễn phí cũng tốt! Thế là ngày ngày tan học chúng tôi cùng về. Ngồi xe cả đoạn đường không ai nói chuyện gì. Huy thì nhát, còn tôi thì lười, và hai đứa không có gì chung để nói.

Có lần Huy đánh bạo mời tôi đi ăn. Chúng tôi vào nhà hàng Việt Nam, kêu 2 tô hủ tíu. Tôi ăn sạch bách còn Huy cứ ngồi im không hề động đũa. Tôi ăn xong, tô hủ tíu của Huy vẫn còn nguyên. Tôi chả hiểu!

Cả năm sau khi tôi rời Dallas dọn đến Cali, chúng tôi mất liên lạc.

Khi gặp lại anh Quí, tôi bỗng nhớ ra Huy. Nhớ lại công sức anh chàng chở tôi tan học về mỗi ngày, thấy cũng vui vui. Năm đó anh Quí trở về Dallas đón Giáng sinh, tôi bèn gửi anh cầm về tặng Huy một tấm thiệp chúc mừng. Tôi cho rằng đó chỉ là một cử chỉ lịch sự giữa bạn bè với nhau, nhưng Huy không nghĩ vậy. Huy bắt đầu tìm cách liên lạc lại với tôi, gửi thư, gọi điện thoại liên tục, dù chỉ để nói mấy chuyện linh tinh không đầu không đuôi. Tôi dần dần nhận ra tình cảm của Huy, và bắt đầu xiêu lòng. Vì cước điện thoại đường dài hồi đó rất đắt đỏ, Huy không giàu có gì nhưng gọi cho tôi một lần tán nhảm cả mấy tiếng đồng hồ!

Tôi nhớ Huy kể, lúc đó Huy còn sống với cha. Công việc ông ấy không ổn định, cứ bị đuổi việc liên tục. Hồi Huy nhỏ hơn nữa, lúc mới vượt biên qua, lại càng khổ, thèm đồ ngọt quá mà không có gì ăn, Huy phải lấy mì gói xào với đường ăn cho đỡ thèm. Tuy xuất thân khổ sở như vậy, nhưng Huy khi lớn lên tính khí rất rộng rãi hào hiệp. Chỉ qua việc gọi điện thoại thôi, tôi đã thấy quá sộp, khác hẳn Trường, nên mặc kệ Huy gầy gò thấp bé, tôi tự an ủi là Huy rất tốt bụng. Và bắt đầu thích anh ấy.

Giáng sinh năm 1988, Huy qua Cali thăm tôi, ngày đầu tiên đến đã gửi cho tôi một bình hoa 12 đóa hồng rất đẹp, làm tôi vô cùng cảm động, trong lòng thấy dâng tràn ấm áp và cả hãnh diện, cả hai chính thức hẹn hò.

Từ Việt Nam qua chưa lâu, tôi biết hoàn cảnh người trong nước đang lúc khốn khó, ai cũng trông ngóng đồ người thân từ nước ngoài gửi về. Tôi tỏ vẻ tiềm năng mình sẽ trở thành *"vợ rất hiền, dâu rất thảo"* nên bắt Huy phải ra chợ mua một thùng quà đóng gói về Việt Nam gửi cho mẹ Huy. Trong người Huy chỉ có mấy trăm dollar, mua xong là cạn túi. Năm đó hai đứa em gái tôi là Thu và Nga cũng qua Cali đón Giáng sinh, chúng tôi rủ nhau đi San Francisco chơi. Biết Huy hết tiền, tôi bỏ vào bóp Huy mấy trăm đồng, ép Huy phải cầm, vì không muốn đi chơi trước mặt các em mà tôi trả tiền thì mất mặt Huy quá! Sau này Huy mới kể, người mẹ mà tôi nằng nặc bắt Huy gửi quà về trong kỳ Giáng sinh là mẹ nuôi, không phải mẹ ruột.

Gia đình mẹ ruột Huy ở Bến Tre. Cha mẹ ruột sanh rất nhiều con, và nghèo. Đến Huy khi mới sinh ra thì cha mẹ đem cho vợ chồng người em trai của mẹ, cậu ruột Huy, để làm con nuôi, vì hai vợ chồng người cậu không có con. Người cậu này là cảnh sát thời Việt Nam Cộng Hòa. Sau năm 1975, cậu – ba nuôi của Huy bị đi học tập cải tạo. Lúc này người mợ – mẹ nuôi – không lo nổi cho Huy nên gửi Huy lại cho người dì ruột thứ 6. Dì cũng nghèo nên cuộc sống Huy thành ra lông bông, vất vưởng. Huy kể, lúc 10 tuổi đã theo hàng xóm nhảy xe đò đi buôn lậu gạo. Đi được mấy chuyến thì lần đó ngủ quên trên xe, bị bọn xấu móc túi sạch tiền.

Mãn hạn cải tạo, ba nuôi Huy âm thầm mua một chiếc tàu cũ của hàng xóm, giá chỉ khoảng gần 2 chỉ vàng. Chiều dài chừng hơn 2m, ngang khoảng 1m, cùng với mấy người đồng hương, ông mang Huy đi vượt biên vào năm 1978. Mẹ nuôi vẫn ở lại Việt Nam vì phải chăm sóc cho mẹ của bà, và có lẽ bà cũng không dám mạo hiểm. Lúc đó, Huy khoảng 13-14 tuổi. Bọn họ ra khơi vượt trùng dương đi Mỹ với con tàu nát dài hơn 2m! Mỗi khi nghĩ về điều đó, tôi vẫn tự hỏi: *tại sao người ta có thể liều mình rời bỏ quê hương đến như vậy?*

Lênh đênh trên biển hai tuần thì tàu bị hư chân vịt. Sóng to, gió lớn, đói, khát… Huy kể là chỉ thầm ước cho bị Hải quan Việt Nam bắt lại, may ra còn được sống.

Sau mấy ngày tưởng chết tới nơi, thì gặp được giàn khoan dầu của Mỹ và một con tàu đánh cá của Đại Hàn, cả 2 lần họ đều cho cả bọn nước uống, mì gói… nhưng cương quyết không cứu lên tàu họ.

Cuối cùng, những người liều mình vượt biển ấy cũng sửa được chân vịt. Chiếc tàu nát trôi dạt đến vùng bờ biển Malaysia. Cả nhóm lò dò lên bờ mới biết được lúc này không chỉ riêng Malaysia mà vấn nạn *"boat people – thuyền nhân Việt Nam"* đã tràn ngập khắp các quốc đảo láng giềng trên biển Đông. Chính phủ các nước lân cận rất hạn chế cứu dân vượt biên vào đất liền vì gây thêm gánh nặng cưu mang cho họ. Giữa lúc không biết làm sao, thì thật may mắn, trong số người đi cùng với cha con Huy có vài người Việt gốc Hoa còn nói tiếng Hoa được. Những người Malaysia gốc Hoa niệm tình đồng hương, bỏ nhỏ cho mấy người gốc Hoa biết: *"Nên đánh đắm thuyền đi! Đắm thuyền rồi, không có cách nào đi tiếp thì chính phủ không thể đuổi, phải cho ở lại."* Thế là mọi người hợp lực đục chìm tàu, tổ chức ăn vạ!

Hai cha con tị nạn trên đảo Pulau Pidong của Malaysia một năm thì được nhận qua Mỹ.

Khi mới qua Mỹ, cha con Huy được một gia đình người bản xứ bảo trợ và giúp Huy học hành. Huy nói tiếng Việt không sõi, đọc và viết tiếng Việt còn tệ hơn! Mỗi lần nghĩ đến mấy trăm lá thư tình bằng tiếng Việt mà Huy viết lúc tán tỉnh tôi, tôi nghĩ: hoặc là Huy phải rất yêu tôi, hoặc là anh phải gan dạ dũng cảm tự tin ghê lắm mới có thể gửi đi những bức thư tình sai chính tả be bét kinh hoàng như thế! Anh lớn lên trong nền giáo dục

Mỹ, thậm chí còn không tự tin khi cầm đũa! Đó là lý do Huy không dám ăn tô hủ tíu ở Dallas. Huy bảo sợ gắp ăn không được, lại còn húp nước sột soạt trước mặt bạn gái thì khiếm nhã quá! Lần đầu mời được tôi đi ăn nên rất run, muốn giữ hình tượng đẹp lịch lãm, đành nhịn đói.

Cả tuổi thơ Huy lang thang theo ba nuôi. Mấy chục năm ở Mỹ ông ấy vẫn không biết tiếng Anh, nên không thể làm được việc gì ổn định, chuyển chỗ liên tục. Khi bắt đầu biết có thể làm việc lao động là Huy phải đi làm thêm, đủ thứ việc, vừa học vừa làm. Tuy vậy, hoàn cảnh vất vả không khiến Huy thất bại mà càng vững vàng hơn.

Chúng tôi thư qua điện lại giữa Dallas với Cali cho đến năm 1989 thì Huy ngỏ lời muốn cưới. Sau khi suy nghĩ, tôi đồng ý, bỏ việc ở Cali về lại Dallas để chuẩn bị đám hỏi với Huy, tổ chức vào tháng 5 năm 1989. Lúc đó Huy còn rất nghèo, lái chiếc xe rất cà tàng không có cả máy điều hòa, mà thời tiết Texas năm đó rất lạnh. Khi ra sân bay đón tôi, Huy chu đáo mang theo một cái mền cho tôi đắp. Tôi có thể hiểu được tấm lòng ấm áp, luôn chăm sóc người khác của anh. Tôi cũng nhận ra anh là một người đàn ông siêng năng, chịu khó. Gặp được anh là may mắn của đời tôi.

Biết tôi trở về Dallas và đồng ý kết hôn với Huy, Duy nổi cơn ghen, nhờ người đánh Huy một trận. May sao người Duy nhờ đánh lại là bạn của tôi, anh này nói cho tôi biết nên Huy tránh được trận đánh ghen vô lý đó.

Lúc tôi đưa Huy về nhà ra mắt gia đình chuẩn bị làm đám hỏi, má tôi rất lạnh nhạt, tỏ vẻ không bằng lòng.

Còn ba tôi thì thẳng thừng phang cho Huy một câu: "*Về uống sữa cho cao lên!*"

Tôi gặp ba Huy cũng không khá khẩm gì, ông không ưa tôi. Thế là tôi giận, muốn hủy hôn quay trở lại Cali. Không biết Huy khuyên nhủ ông thế nào, cuối cùng cũng suôn sẻ. Tháng 5 năm 1990 chúng tôi làm đám cưới.

*

Nói thêm về Huy, người chồng mà số phận đã ưu ái trao cho tôi.

Dù ba má tôi đã từng quay lưng với Huy và tôi nhưng Huy không để trong lòng và cũng không đem chuyện này ra để trách móc tôi bao giờ! Những ngày ba má tôi đau yếu, các chị em ở xa không ai về được, tôi phải đỡ đần ba má từ chuyện nấu nướng ăn uống cho đến chung tay phụ với mấy chị em gái tiền nhà tiền sinh hoạt phí hàng tháng. Huy cũng không hề có ý kiến hay thắc mắc.

Hồi ở Việt Nam tuy nhút nhát nhưng tôi là người có năng khiếu tính toán, lại có duyên mua bán nên tôi hay phụ chị Linh buôn bán. Đó chính là một lợi thế khi sau này vợ chồng tôi mở công ty. Huy là kỹ sư lo khai triển công việc, tôi phụ trách điều hành và tài chính. Người ta thường nói hai vợ chồng làm chung sẽ rất dễ tranh cãi, nhưng tôi và Huy lại rất hợp. Cho nên làm chung với nhau 25 năm mà cả hai đều cảm thấy vui vẻ thoải mái. Bên cạnh đó, về cách nuôi dạy con cái, xã giao hay quan điểm chính trị… chúng tôi có nhiều tương đồng nên gia đình không bao giờ có chuyện xào xáo. Chính Huy là người giúp tôi trở nên mạnh mẽ, tự tin hơn, dần thoát khỏi sự nhút nhát của bản thân mình.

Vào những ngày Giáng sinh năm 1988, Huy lần đầu đến thăm, tôi đã cảm thấy có lẽ đây chính là người mình muốn xây dựng lâu dài. Dù là người rất thực tế nhưng tôi có giác quan thứ 6 rất nhạy bén để nhận ra ai là người thật tâm với mình. Nói chung, tính tình Huy rất dễ thương nhẹ nhàng, nhưng đó là vẻ bề ngoài thôi! Sau này lấy nhau rồi tôi mới khám phá ra anh cũng là một người rất sôi nổi, có một chút kỹ tính, nhưng ấm áp, và hơi nóng tính nữa! Tuy nhiên, sống với nhau 30 năm, Huy lúc nào cũng quan tâm và chìu chuộng tôi. Đó là một người bạn đời hiểu biết, tốt bụng, sẵn sàng làm mọi việc cho vợ con mà không bao giờ phiền hà. Nóng đó rồi lại nguội đó, khác hẳn với tôi, cứ hay hờn mát.

*

Tôi chưa kể năm 1989, trước đám hỏi tôi một tháng, cả nhà chị Linh và anh Khoa, vợ chồng con cái đều đã sang tới Mỹ theo hồ sơ bảo lãnh của ba má. Tính ra là 7 năm kể từ ngày 4 đứa chúng tôi rời khỏi Việt Nam. Chúng tôi quả là có duyên với con số 7 năm, cộng lại anh chị đã chờ đợi suốt 14 năm để rời khỏi "thiên đường" Cộng sản.

Ban đầu anh chị cũng ở chung nhà ba má, nhưng tánh chị Linh rất lạnh lùng, cứng cỏi. Những năm ở Việt Nam sau khi ba má rời đi, chị là trụ cột nuôi sống tất cả mấy anh chị em tụi tôi, nuôi luôn cả anh Khoa anh Minh và vợ con anh ấy. Ngày đó thanh niên trai tráng ở Sài Gòn ngoài đi học tập cải tạo ra thì hầu như chẳng có công việc gì làm. Ai cũng ăn không rồi nằm ụ. Lý lịch như gia đình tôi lại càng phải thất nghiệp. Các anh tôi từ nhỏ chỉ ăn với học, khi xảy ra biến cố 1975 họ đang là sinh viên, không ra chợ trời hay đi làm việc nặng như người ta nổi. Nên chị Linh lúc ấy mới hơn 20 tuổi lại chính là người phải bươn chải gồng gánh. Chúng tôi thương, kính trọng và vâng lời chị như một lẽ tự nhiên. Khi đã sang Mỹ, vâng lời chị vẫn còn là thói quen. Chị cũng có thói quen của một "leader," ra lệnh và điều khiển mọi việc theo ý mình, trở thành nỗi khó chịu của má tôi, vốn là một "leader" khác trong nhà, mà leader chủ nhà này còn khó tính hơn cả chị Linh. Thêm phần bà thương con trai hơn, thương mấy đứa đi cùng bà hồi năm 75 hơn, nên khi chị Linh tỏ vẻ "lấn lướt" tụi nó và mấy đứa con trai là bà vô cùng chướng mắt!

Cho đến một lần, khi nhìn thấy chị Thu vợ anh Khoa ủi đồ cho bé Hoa và bé Lan con gái chị Linh, má tôi làm ầm ĩ lên! Má nghĩ chị Linh tỏ vẻ quyền hành, sao không tự làm việc đó mà lại để chị Thu làm? Trong khi ở Việt Nam, nếu chị Linh đi buôn bán kiếm tiền lo cho cả nhà, thì chị Thu nấu ăn, giặt giũ cho cả con cái chị Linh là chuyện bình thường. Nhưng ở Mỹ lại khác, người ta không có tâm lý phải phụ thuộc hay "phục dịch" cho người có tiền. Người có tiền mà lên mặt thì bị xem là rất kệch cỡm. Chị Linh rất buồn vì má không hiểu chị, nên ở được mấy tháng, sau khi tôi làm đám cưới, cả nhà chị đã dời sang Cali.

Năm đó má tôi sang Cali thăm chị Linh, em chồng chị chở má đi đâu đó chẳng may bị xe đụng phải nhập viện. Mấy anh chị em chúng tôi vội vã từ Dallas lái xe qua thăm má.

Lúc đó tôi sống cùng Huy và ba nuôi của anh đã 3 tháng, cảm thấy không được thoải mái vì tôi không thích sống chung đụng như vậy. Hơn nữa, tôi rất thích môi trường sống của Cali so với Texas. Dưới nhãn quan của tôi, Cali dân nhập cư nhiều. Ngoài người Việt di dân còn có người Phillipines, người Hàn, người Ấn Độ, người Trung Đông… đủ các thành phần. Do đó, sự kỳ thị đối với dân nhập cư rất ít. Cộng đồng đa sắc tộc đó mạnh ai nấy lo làm ăn sinh sống. Cấp chính quyền của các thành phố có nhiều cư dân Á châu tỏ ra khá mềm mại, nương theo bản sắc đa số của dân nhập cư mà điều chỉnh và tạo ra sự hòa nhập hòa đồng.

Hãng xưởng ở Cali rất thoải mái với chuyện thu nhận nhân viên không có gốc bản xứ. Tôi có cảm giác Cali mang không khí Sài Gòn rất rõ nét, nơi có thể thu nhận mọi người, bao dung với mọi thứ. Người ta không soi mói, xét nét nhiều như những vùng có cộng đồng người Việt quá ít. Khi ít người, sự quan tâm lẫn nhau càng tăng. Mà với văn hóa Việt Nam, sự quan tâm của người khác đôi khi bị thái quá, trở nên thô lỗ một cách đáng sợ!

Khí hậu ở Cali được tiếng là ôn hòa, không quá lạnh vào mùa đông, quá nóng vào mùa hè như Texas. Mấy năm đi làm ở Cali trước khi kết hôn đã để lại trong tôi nhiều dấu ấn tốt đẹp. Tôi nói với Huy tôi thích ở Cali hơn, và khuyên anh đi phỏng vấn xin việc làm nhân lúc thăm bệnh mẹ tôi. Sau đợt phỏng vấn, chỉ 1-2 tuần sau,

Huy nhận được lời mời làm việc trong ngành Hóa chất cho một công ty ở Cali, chuyên về phân tích và tư vấn chất lượng không khí. Thế là hai vợ chồng chuyển về Cali như tôi mong ước.

Làm ở công ty tư vấn đó được 4 năm, đến năm 1994, có nhiều khách hàng đánh giá Huy rất cao và gợi ý anh nên ra mở công ty làm riêng. Huy khá hào hứng với dự định này. Sau khi cùng bàn bạc, chúng tôi quyết định sẽ để Huy nghỉ làm, đứng ra thành lập công ty.

Tôi thấy anh chị em mình nhiều người còn vất vả, muốn giúp đỡ lẫn nhau, nên thầm nghĩ sẽ rủ thêm họ làm với mình. Hơn nữa, vợ chồng tôi chưa có nhiều vốn liếng, mở công ty rất cần nhiều chi phí, nếu gọi thêm cổ đông góp vào, áp lực tài chính sẽ giảm bớt. Lúc đó anh Tùng tuy đang thất nghiệp nhưng trong mắt tôi anh là người đi Mỹ cùng thời với ba má, am hiểu luật lệ, nhiều kinh nghiệm làm ăn hơn chúng tôi, có anh tôi sẽ càng yên tâm, nên tôi nói Huy rủ anh Tùng cùng giúp công ty. Không ngờ đó chính là quyết định sai lầm lớn nhất trong đời tôi!

*

Đêm Giáng sinh năm 1997, tôi nhận được trát tòa thông báo Tùng khởi kiện vợ chồng tôi tội biển thủ. Tôi khóc như chưa bao giờ được khóc!

Trong cơn hoảng loạn ấy, tôi nhận được sự giúp đỡ từ rất nhiều người xa lạ. Như ông luật sư mà bà Yvonne đã giới thiệu cho tôi, như anh Khiêm làm kiểm toán đã giúp tôi thu thập giấy tờ cho tòa án. Anh Khiêm thường hay rủ chúng tôi đến nhà thờ Tin lành Saddleback Vietnamese Church để tìm sự yên tĩnh trong lòng trong suốt thời gian xảy ra vụ kiện. Tôi đặc biệt cảm kích Nga. Lúc ấy Nga cứ bay qua bay lại từ chỗ Nga qua chỗ tôi, chia sẻ an ủi tôi và Huy rất nhiều…

Mấy chị em gái đứng về phía tôi, nhưng ba má và các anh em trai đều cho rằng chúng tôi sai. Ba má tôi còn tuyên bố, dù vợ chồng tôi vì vụ này mà ly dị thì họ cũng không quan tâm.

Sau đó suốt 5 năm, từ 1997 đến 2002, ông bà cắt đứt liên lạc, không nói chuyện với tôi. Tôi biết ba má xưa nay không dành nhiều tình thương cho mình, nhưng một lần nữa, lại lạnh lùng bỏ rơi tôi trong tuyệt vọng, chẳng khác gì lần bỏ rơi 21 năm về trước, khi tôi mới chỉ là đứa trẻ 13 tuổi. Tôi tự hỏi, mình đã gây ra lỗi lầm gì để bậc cha mẹ của mình phải đối xử với tôi như vậy?

Cuối cùng, sau khi nhóm luật sư của tôi và luật sư phía Tùng đối chiếu tất cả những chứng từ mà cả 2 bên đã thu thập, cân nhắc về sự hợp lý trong chứng cứ mà chúng tôi cung cấp, phía khởi kiện đã phải chấp thuận thương lượng lại. Chúng tôi chỉ phải trả khoản tiền "buyout," mua lại cổ phần của Tùng theo mức định giá năm 1997, còn quyền sở hữu công ty thì không bị ảnh hưởng gì.

Hai vợ chồng tôi lúc đó mới biết cảm giác từ địa ngục được vớt lên thiên đàng là như thế nào!

Kể từ năm 1997 cho đến năm 2018, suốt 21 năm, tôi cắt đứt mọi quan hệ với anh Tùng.

CHƯƠNG III

ĐỊNH MỆNH

Vụ kiện tụng với Tùng làm tôi suy nghĩ rất nhiều suốt những năm sau đó.

Tôi cứ tự vấn mình, lý do gì mà chúng tôi, cha mẹ anh em một nhà, ruột thịt huyết thống mà sao có thể lạnh lùng trở mặt với nhau như vậy?

Hồi còn con nít, tình cảm anh chị em là thứ tình cảm rất quan trọng, có thể nói là quan trọng nhất sau cha mẹ và con cái. Chính mỗi người chúng ta, nhớ lại hồi nhỏ, có đứa hàng xóm nào đánh anh chị em mình một cái, là mình phải tìm nó để đánh lại. Một miếng cơm một trái cà cũng chia sớt nhau. Tôi nhớ ngày còn ở Sài Gòn, cả nhà đều đói. Đói nhưng tình cảm anh chị em vẫn tròn đầy. Có hôm tôi dắt Thu, Nga lên sân thượng, dặn hai đứa sau này tới bữa cơm ba chị em mình sẽ ráng ăn ít lại chút nữa, để nhường cho các anh chị khác được ăn no hơn. Vì ba đứa còn nhỏ, không phải ra ngoài đi làm, đi kiếm sống vất vả như các anh chị... Quả thật sau đó tụi nó nhịn, không dám ăn no. Mỗi khi nhớ lại là tôi ứa nước mắt!

Giờ đây, cái chúng tôi thiếu thốn nhất không còn là cơm ăn áo mặc, mà là tình cảm ruột thịt. Và tôi nghĩ, giữa chúng tôi, những người con được chọn ra đi và những đứa con bị bỏ lại, cái quan trọng nhất mà chúng tôi thiếu chính là sự liên kết bởi những kỷ niệm.

Phải, những kỷ niệm, những ký ức con người cùng trải qua với nhau mà nhờ đó hình thành nên những quan điểm chung, những tâm tình kín đáo được hai bên ngầm chia sẻ. Nếu kỷ niệm của tôi là Sài Gòn, là anh chị em đùm bọc nhau trong khốn khó, thì kỷ niệm của anh Tùng là gì tôi không biết. Chúng tôi đã đứt rời nhau ra, khác hẳn nhau, vô thức, trở thành những người xa lạ kể từ buổi chiều tháng 4 xa xôi đó, lúc chúng tôi không đủ trưởng thành để nhận thức ra.

Sau nhiều năm tôi mới biết rằng, buổi chiều đó chính là buổi chiều định mệnh của cuộc đời mình. Chính cuộc chia ly đó đã tạo thành chúng tôi ngày hôm nay và những cảnh huống mà chúng tôi phải trải nghiệm . Chỉ một tích tắc thôi, tôi có thể đã trở thành như thế này mà không phải như thế kia, hay thế nọ... Dựa vào một tích tắc, đó là tích tắc mà ba má tôi ra quyết định, như chọn cờ trên bàn cờ, con nào đi tiếp, con nào dừng lại.

Cho tới ngày ba má tôi lần lượt nhắm mắt xuôi tay, cũng chưa từng có ai một trong hai người dành ra vài lời giải thích cho chúng tôi hiểu lý do gì lại phải chia tách chúng tôi ra? Lý do gì đứa này được đem theo, đứa kia phải ở lại? Cả hai người không ai cho chúng tôi một câu trả lời nào cả!

Vì không thể thoát khỏi những suy tư nhằm tự tìm kiếm cho mình một câu trả lời thỏa đáng cho chính cuộc đời mình, tôi cứ bị đắm chìm vào ký ức. Không phải kiểu ám ảnh nặng nề. Không phải kiểu thôi thúc mãnh liệt. Cũng không giận dữ hay thù hận... Những ký ức, những lời tự vấn ấy cứ quẩn quanh sâu trong tiềm thức. Chỉ cần tôi dừng lại những việc đang làm mỗi ngày cho tâm trí mình yên tĩnh, thì chúng lại chợp lấy cơ hội, vừa dịu dàng vừa buồn bã, trườn vào lòng. Chúng mang đến cho tôi cảm giác vừa nửa u sầu lại vừa nửa tràn đầy an ủi. Chúng làm tôi nhớ ra mình là ai, mình từ đâu đến, như những mỏ neo, neo tôi vào cội nguồn, vào những xúc cảm đã nhiều năm vẫn chưa hề lụi tắt.

Đầu năm 1975 tôi đang học lớp 7, trường trung học Nguyễn Du ở Quận 10, Sài Gòn. Anh Khoa học năm thứ 4 ngành Chính trị, Đại học Vạn Hạnh. Chị Linh học năm nhất Đại học Khoa Học. Anh Minh học năm cuối Trung học ở trường Hồ Ngọc Cẩn. Chị Trâm và anh Tùng học trường Nguyễn Thượng Hiền. Thu học lớp 6 trường Nguyễn Gia Thiều. Còn Nga và các em nhỏ hơn đang học tiểu học ở trường tư thục của ba má. Lúc đó trường Tiểu học Cộng Hòa của ba má tôi có khoảng 8 lớp, dạy 2 buổi. Mỗi lớp khoảng 50-60 học trò, tổng cộng cả trường khoảng 800 học trò. Thầy cô giáo khoảng hơn 10 người. Ba má tôi vừa điều hành trường vừa góp tay giảng dạy. Việc cơm nước trong nhà được đặt vào tay bà ngoại lúc đó đang sống chung với gia đình tôi.

Trước năm 1954, nhà ông bà ngoại tôi thuộc hàng giàu có nhất nhì ở tỉnh Bắc Ninh, gia sản trong nhà có hàng trăm mẫu ruộng. Nhà ông bà là ngôi nhà lầu đầu tiên được xây lên ở Bắc Ninh. Ông ngoại tôi là ông Lý Kinh nổi tiếng từ làng lên huyện đến tỉnh, là một người rất cấp tiến. Thời đó ông đã đặt báo giao tận nhà từ Hà Nội về Bắc Ninh để đọc. Ông lên xuống Hà Nội – Bắc Ninh thường xuyên, giao du với rất nhiều nhà cách mạng nổi tiếng đương thời.

Hai người sinh được 4 người con. Má tôi tên Bích, đến dì Ngọc, cậu Tâm và dì Thảo. Má tôi từ nhỏ đã rất được cưng chiều, gửi về Hà Nội cho đi học. Năm 1950 ông ngoại tôi mất. Năm 1954, bà ngoại phải bỏ hết nhà cửa ruộng vườn, nửa đêm lên đường chạy vào Nam để trốn phong trào đấu tố địa chủ của chính quyền Cộng sản.

Lúc đó má tôi đã lấy ba tôi đang học ở trường Võ bị Đà Lạt nên má tôi đi máy bay vào. Bà ngoại dắt cậu Tâm và dì Thảo lúc đó còn rất nhỏ, đâu khoảng 9-10 tuổi, ba mẹ con vất vả vừa đi bộ vừa đi xe lửa. Khi vào trạm xe lửa còn phải giả vờ đi riêng không quen biết. Đến khi lên toa rồi mới dám tìm lại nhau. Từ Bắc Ninh xuống được Hải Phòng, từ đó lên tàu thủy đi vào Sài Gòn.

Dượng Tiến chồng dì Ngọc từ đầu đã theo Việt minh, dì Ngọc một mình chạy theo ngoại xuống đến Hải Phòng. Ngoại nói dì Ngọc nên ở lại chứ không thể bỏ chồng con ra đi như vậy, đuổi dì Ngọc trở về. Đến tận bây giờ, dì Ngọc vẫn còn nhắc đi nhắc lại chuyện này, nói: *"Nếu không phải bà ngoại chúng mày nghiêm khắc như vậy thì tao cũng đã vào Nam lâu rồi!"*

Mất hết của cải tiền bạc, nên ngoại và dì cậu phải ở cùng với gia đình tôi. Cậu Tâm, con trai duy nhất của ngoại là một người rất ưu tú. Cậu đi học tiếp đến lớp 12 thì tình nguyện đi lính. Là con trai một, cậu thuộc dạng được miễn quân dịch không phải đi lính. Nhưng vì bà ngoại bây giờ đã rất nghèo, không lo được cho cậu học cao lên nên cậu tự đăng lính. Cậu được chọn vào binh chủng không quân, sau đó được quân đội đưa qua Mỹ du học. Tôi nghe kể cậu là một trong những phi công Việt Nam đầu tiên (và có thể là duy nhất) thời đó đáp được máy bay xuống Hàng không Mẫu hạm Hoa Kỳ – một kỹ thuật bay rất khó đối với phi công.

Đến khoảng năm 1963-1964, trong một chuyến bay ra không kích ở Đồng Hới miền Trung, cậu bị Việt cộng bắn rớt máy bay ngoài biển và mất tích. Bà ngoại lúc đó đau khổ đến chết đi sống lại. Vì cậu là con trai duy nhất trong nhà, lại chưa có vợ con. Dòng dõi ông ngoại tôi coi như tuyệt tự!

Đôi khi tôi thấy ngoại khác má tôi một trời một vực. Má tôi thương những đứa con nổi trội, xinh đẹp, học giỏi, lanh lợi. Ví dụ như trong những đứa con gái, má rất thương Nga. Từ nhỏ Nga đã rất xinh đẹp, và học giỏi. Tôi không xinh, nhút nhát, lớp có 50 học trò thì tôi xếp hạng 45, nên trong nhà không ai quan tâm tới cũng là điều dễ hiểu. Duy chỉ có ngoại là rất yêu thương, bà đối với tôi ấm áp, chăm sóc hơn hẳn những anh chị em khác. Với Nga, bà lại nghiêm. Bà nói cứ cưng chiều nó riết nó sẽ càng ngang bướng. Có thể vì bà thấy tôi tội nghiệp, luôn nhường nhịn người khác. Hoặc bà muốn an ủi tôi... Tôi không biết vì sao. Chỉ cảm thấy ngoại rất yêu thương tôi.

Nhà chúng tôi đông con nên ngoại lo chợ búa cơm nước rất cực! Cho đến khi ba má tôi dắt 6 người con ra đi thì 6 đứa còn lại ở với ngoại. Ban đầu còn bán dần đồ đạc trong nhà để ăn. Bán đến một thời gian sau không còn gì để bán thì bắt đầu đói.

Dì Thảo trước năm 1975 đã có chồng là Đại Úy Lâm. Dượng bị Cộng sản bắt đi cải tạo, dì từ Mỹ Tho lên nhà tôi lánh nạn. Trùng vào lúc chúng tôi mới vừa lâm vào cảnh nheo nhóc. Sống với chúng tôi được 1-2 tháng sau ngày ba má tôi đi, thì tất cả đều kiệt quệ. Dì mua căn nhà nhỏ và đưa ngoại về ở với dì bên đường Lê Văn Duyệt. Ngoại đi rồi, tụi tôi thực sự bơ vơ, đói cả cơm ăn lẫn tình cảm bảo bọc của ông bà, cha mẹ.

Sau khi qua Mỹ, một lần tình cờ tôi mở ngăn tủ của má, nhìn thấy vài triệu đồng tiền Việt Nam Cộng Hòa nằm im lìm trong đó, tôi bị shock.

Tôi không hiểu tại sao ba má tôi có thể bỏ lại 6 đứa con không tiền bạc, không sinh kế, ôm hết của cải đi. Hai người nghĩ chúng tôi sẽ phải sống sót như thế nào trong thời loạn ly đó trong cảnh không tiền bạc? Đứa lớn nhất 22 tuổi vẫn còn đi học, đứa nhỏ nhất mới 9-10 tuổi. Mấy triệu đó dĩ nhiên không thể nuôi sống chúng tôi cả đời. Có thể sẽ bị Việt cộng tiếp quản và tịch thu. Có thể bị trộm cướp giữa buổi nhiễu nhương... Nó có thể mất đi bởi bất kỳ lý do nào cũng được. Chỉ cần ba má để lại cho chúng tôi một ít tiền, còn có thể xoa dịu được nỗi mất mát, những vất vả của chúng tôi. Khiến chúng tôi tin rằng ba má vẫn thương, vẫn lo cho chúng tôi, chỉ vì hoàn cảnh mà họ phải để chúng tôi ở lại... Nhưng số tiền đó đã được ba má tôi đùm túm mang hết qua Mỹ, để rồi chúng nằm im mốc meo trong ngăn tủ. Còn gì mỉa mai hơn nữa?

Tôi nghĩ không chỉ có tôi biết được về số tiền đã trở nên vô dụng nằm trong ngăn tủ. Những người khác trong nhà đều biết. Nhưng anh chị em chúng tôi không ai dám mở lời cật vấn ba má về hành động này. Người oai nghiêm mạnh mẽ như chị Linh còn không dám thì đứa nhút nhát như tôi làm sao dám hỏi? Hơn nữa, tôi cũng thấy ái ngại. Nhìn thấy ba bị bệnh tâm thần hành hạ, má thì cắm cúi may vá, tôi không còn muốn đặt bất kỳ câu hỏi nào nữa. Tôi nghĩ họ đã chịu đựng đủ dày vò, trả giá. Mọi chuyện đã qua, tôi không muốn tiếp tục xát muối vào vết thương trong lòng họ.

Trong những đứa cháu của má tôi, Vy An con gái tôi là đứa được bà thương nhất. Nó gần gũi và có thể trò chuyện với má tôi bằng tiếng Việt. Kể cũng lạ, má tôi không thương tôi bằng mấy chị em khác, nhưng ngược lại Vy An lại là đứa mà bà có thể kể cho nó nghe đủ thứ chuyện, trong khi chính tôi lại không được nghe mẹ mình tâm sự chuyện gì. Âu đó cũng là sự sắp đặt của thượng đế để cho bà và Vy An có thể hiểu nhau, đưa con gái tôi trở thành cầu nối cho tôi và mẹ của mình. Mỗi lần Vy An và Sean đến thăm bà, chúng hay mang hoa và ít bánh trái đến. Bà rất vui và cảm động. Có những lần sau này, khi bà biết bà không còn bao nhiêu thời gian, bà cứ cầm tay tôi và Vy An hoài, có vẻ không muốn Vy An và tôi về. Những lần như vậy, cả tôi và Vy An đều áy náy. Lần nào ra xe rồi, cả hai mẹ con tôi đều nhìn nhau và nói ước gì có thể ngồi thêm với bà một lúc nữa. Đó chính là khoảng thời gian Vy An bắt đầu vào đại học cho đến khi cháu ra trường làm Luật sư, Vy An làm luật sư cho chính phủ, cháu làm ở San Francisco cho EPA (Enviromental Protect Agency). Vy An đi làm khoảng một năm thì ba tôi mất, 8 tháng sau lại đến má tôi.

Có một lần cách đây vài năm, má tôi bệnh tưởng không qua khỏi. Vy An đến thăm bà. Ít lâu sau khi chỉ có hai mẹ con, nó hỏi tôi:

- Sao mẹ nghĩ là bà ngoại không thương mẹ?

Tôi không biết phải trả lời nó như thế nào. Đột nhiên nó nói tiếp:

- Hôm đó bà ngoại tưởng mình không còn thời gian nữa, bà khóc với con. Bà nói bà xin lỗi, bà rất hối hận vì đã cư xử với mẹ như vậy. Và con thấy bà rất thương mẹ. Bà thương theo cách của bà nên mẹ không hiểu được.

*

Tôi không dám chắc chắn về cách thể hiện tình thương quá khác biệt của ba má tôi đối với các con của mình.

Tôi cũng là một người mẹ. Tôi suy nghĩ đơn giản, cách thương con của tôi cũng thuần thành như bao nhiêu người mẹ khác. Tôi muốn dành cho chúng nó mọi sự chăm sóc, cho chúng nó sự ấm áp nhất có thể. Dù không nói ra, chỉ cần ở bên nhau, chúng tôi sẽ làm một gia đình tuy nhỏ bé thanh đạm nhưng không ai, không cái gì có thể phân ly. Còn cách yêu thương của ba má tôi có lẽ là một kiểu yêu thương mà tôi không thể nào hiểu được.

Tôi nhớ mãi trận đòn năm tôi học lớp 5, bị ba tôi đánh.

Thực ra con nít Việt Nam thời xưa bị đánh đòn là chuyện khá bình thường. Ba tôi là hiệu trưởng, đánh học trò như cơm bữa! Cũng có lần phụ huynh đến trường phàn nàn chuyện ba tôi đánh đòn con họ. Nhưng hồi đó thầy cô rất được kính trọng. Họ chỉ phàn nàn vậy thôi, còn ba tôi nghiêm thì vẫn nghiêm, đánh vẫn đánh. Vì ông thường dạy những lớp luyện thi vào Trung học, vốn rất khó để thi đậu vào trường công. Ông cho rằng phải nghiêm khắc thì học trò mới sợ và chịu học, mới có thể thi đậu. Đối với học trò đã vậy, đối với tôi là con trong nhà, lại học dốt, ông càng đánh nhiều hơn.

Và trận đòn nhục nhã nhất của tôi là hồi lớp 5. Buổi trưa đó các bạn học rủ tôi bỏ học lên sân thượng chơi nhảy cò cò. Tôi cũng ham chơi, dắt bạn lên. Không biết ai méc ba tôi biết, ông cầm một cây thước dài đi lên kéo tôi ra đánh. Ông đánh nhiều và đánh rất đau, tôi sợ đến mức trước mặt chúng bạn mà đái cả ra quần. Vô cùng xấu hổ!

Buổi chiều tôi đứng trên thang lầu nghe ba kể với má tôi trưa nay tôi bị đòn, đau và sợ đến té đái tại chỗ. Tôi tưởng má sẽ giật mình, vội vã đi tìm và an ủi tôi. Nhưng má nghe xong chỉ ừ hử như đã biết. Hai người tiếp tục ăn cơm như không có chuyện gì.

Và không chỉ riêng tôi bị đối xử nghiêm khắc.

Tôi nhớ hồi đó, anh Khoa và anh Minh là hai anh lớn nhất trong nhà. Khi đến lớp 6, khoảng 10 tuổi là ba má gửi các anh lên một nhà dòng tên là Châu Sơn ở huyện Đơn Dương, tỉnh Lâm Đồng để học nội trú. Nói là học nội trú, phải đóng khá nhiều học phí mới được vào, nhưng nhà dòng Châu Sơn là một kiểu nhà tu khổ hạnh. Các thực tập sinh được nhận vào từ nhỏ, mục đích đào tạo ra những linh mục, cha xứ tương lai, nên kỷ luật rất nghiêm, và cuộc sống vô cùng kham khổ. Các môn sinh từ lớn đến nhỏ, 4-5 giờ sáng đã phải dậy, đọc kinh, hành lễ, làm rẫy làm vườn... Anh Khoa ở được 4 năm thì anh Minh nhỏ hơn anh Khoa 4 tuổi tiếp tục được ba má gửi lên Châu Sơn. Anh Minh vào nhà dòng không lâu thì anh Khoa trốn khỏi đó, trở về Sài Gòn. Ba tôi rất giận, nhưng anh Khoa cương quyết không chịu trở lại Châu Sơn. 4 năm sau, anh Minh cũng trốn về. Dù ba tôi có nổi trận lôi đình cỡ nào, anh cũng ráng chịu đựng. Rồi dần dần ba cũng nguôi.

Chị Linh và chị Trâm thì bị gửi vào nội trú ở nhà dòng Thiên Phước dưới Mỹ Tho cho các bà sơ dạy dỗ, mỗi người ở trong nhà dòng độ khoảng hai năm. Tôi đoán là nếu không có biến cố năm 75, chắc khi tôi đến tuổi, cũng sẽ bị đưa vào nội trú. Chỉ là lúc đó thế sự đã quá nhiễu nhương, mọi người bị chiến cuộc đổi thay làm cho căng thẳng, ba má không quan tâm nhiều lắm đến tôi nên tôi mới yên ổn ở nhà như thế.

Tôi có cảm giác là những người Bắc cũ xuất thân gia thế như ba má tôi có suy nghĩ thương con rất kỳ quặc! Họ không dùng tình phụ tử, tình mẫu tử ngọt ngào để chia sẻ và dạy dỗ con cái. Họ chỉ muốn dùng uy nghiêm, vẻ xa cách, để làm cho các con phải "sợ" mình. Họ muốn những đứa trẻ phải biết vâng lời và suốt đời sống trong sự điều khiển của họ. Làm thay họ những kỳ vọng mà họ chưa làm được. Họ thao túng ngay cả chính những người thân thuộc nhất. Những lời mà cha mẹ con cái trong gia đình nói với nhau mỗi ngày không phải là lời đùa cợt thoải mái. Trong đó luôn có sự giữ kẽ, cố kỵ và khách khí. Nó làm tôi nhớ đến những tác phẩm của nhóm Tự Lực Văn Đoàn, như Khái Hưng, Nhất Linh... Không khí trong nhà tôi luôn phảng phất như tiểu thuyết, nhưng không phải chuyện lãng mạn diễm tình, mà trong loại câu chuyện nặng nề và mù mịt của vùng quê Bắc ngày xưa, khi cha mẹ anh em không thể nói với nhau những lời thật lòng giản dị.

Tôi thấy mệt mỏi với cách yêu thương đó. Tôi chỉ muốn được yêu thương đơn giản như khi tôi khóc thì má ôm tôi. Khi tôi buồn, má hỏi tôi có chuyện gì buồn. Tôi không cần kiểu yêu thương cao xa vời vợi như *"tao nghiêm như thế là tốt cho mày."* Tôi không cần kiểu yêu thương để được "tốt" hơn. Tôi muốn kiểu yêu thương để mình "hạnh phúc" hơn, tôi chỉ muốn vậy thôi!

Và cái gọi là cảm giác "hạnh phúc" trong tình thương của cha mẹ, đối với tôi, đã hoàn toàn không còn tồn tại kể từ năm tôi 13 tuổi, sau buổi chiều tháng Tư mà tôi không thể nào quên được.

*

Đầu tháng 4 năm 1975, máy bay quần đảo suốt trên bầu trời thành phố. Một không khí khác lạ bao trùm khắp Sài Gòn mà trí óc non nớt của tôi lúc đó không thể hiểu được. Ai cũng có vẻ vội vã và lo lắng như sắp xảy ra một cái gì đó mà không ai biết là cái gì... Tụi tôi còn nhỏ, vẫn cố gắng duy trì cuộc sống thường nhật, ăn cơm, ngủ nghỉ đi học nhưng cũng không thoát được cảm giác nao nao, hồi hộp. Tôi thấy ba tôi rất thường hay nói chuyện điện thoại bằng tiếng Anh với ai đó. Mỗi khi nghe điện thoại xong ông đều trầm mặc suy nghĩ.

Tôi nhớ hôm đó là ngày 20.4, đột nhiên ba tôi nói hôm nay tất cả ở nhà, nghỉ học. Má tôi thì lặng lẽ đi thu xếp một ít đồ đạc cần thiết. Chúng tôi vẫn chưa biết tại sao phải nghỉ học, dọn đồ? Đến khoảng 1-2g chiều, cả nhà đón taxi, lúc đó mới nghe là đến Tòa Đại Sứ Mỹ.

Đến cổng Tòa Đại sứ có nhiều lính Mỹ xét giấy tờ của từng người. Ba tôi đưa giấy tờ gì đó cho bọn họ, sau khi kiểm tra thì cả nhà được cho vào bên trong tòa Đại sứ. Bên ngoài và bên trong tòa Đại sứ là những khoảng sân rộng ơi là rộng! Tôi thấy có rất nhiều gia đình người Việt Nam đang chờ sẵn ở đó, phải cỡ vài trăm người. Tuy đông nhưng không ồn ào lắm! Mọi người đều cố gắng trật tự hết mức có thể. Hoặc có thể sự lo lắng bất an đã khiến họ tự giác không gây ồn ào huyên náo. Cả nhà chúng tôi cũng nhập vào, cùng chờ đợi với những người này. Tôi không biết là đang chờ cái gì?!

Bé Trang lúc đó mới đầy tuổi. Chờ được một lúc thì nó khát sữa, khóc đòi bú. Má tôi thở dài nói đã quên mang sữa cho em rồi. Có một cô trong đám người bẻ cho Trang khúc bánh mì để má đút cho em nín khóc.

Đợi qua khoảng hai tiếng đồng hồ thì tự dưng ba tôi đứng dậy, ngoắc anh Khoa, chị Linh, anh Minh lại.

Ông chỉ nói ngắn gọn:

- Ba đứa dắt Thanh, Thu, Nga trở về nhà đi!

Không một lời giải thích.

Không có nước mắt kể lể chia ly thống thiết giữa cha mẹ anh chị em như mọi người thường thấy trong phim ảnh.

Không có khoảnh khắc đau đớn xé ruột xé gan như người đời tưởng tượng.

Cũng không có ai bắt chúng tôi phải chia lìa, không có súng đạn hay nghịch cảnh ép buộc gì từ ai cả!

Chỉ có vài lời của ba. Rồi ba má và anh Tùng, chị Trâm, mấy đứa em nhỏ có đứa đi chưa rành, đứa còn ẵm trên tay, nhìn 6 đứa tôi dắt díu nhau rời khỏi Đại sứ quán.

Tụi tôi không có kháng cự hay vật vã đòi đi theo, tất cả chỉ ngoan ngoãn rời khỏi.

Khi ấy tôi còn quá nhỏ, không hề hiểu chuyện gì đang xảy ra. Thỉnh thoảng, khi đã trưởng thành, có một vài lúc nhớ lại thời khắc đó, tôi tiếc là mình đã không từng ngoái lại để nhìn kỹ vào mắt ba má. Đến giờ tôi cũng không biết, ngay trong lúc 6 đứa chúng tôi dắt nhau đi đó, ba má tôi có rơi nước mắt? Hay có từng dao động, muốn giữ chúng tôi lại?

*

Theo lời anh Tùng thì sau khi chúng tôi rời khỏi Đại Sứ quán, khoảng 1-2 tiếng đồng hồ sau, có rất nhiều xe bus đến và họ cho tất cả mọi người lên xe bus chở ra phi trường Tân Sơn Nhứt. Ở phi trường, người ta không soát gì vì đã xét giấy tờ từ khi ở Đại sứ quán. Họ chỉ vội vã tống tất cả lên máy bay và cất cánh.

Gia đình tôi được đưa đến đảo Guam ở Thái Bình Dương, gần Hawaii. Từ đó bay tiếp đến Camp Pendleton ở California. Vào cuối tháng 4.1975 đã có khoảng 125,000 người Việt Nam được Hoa Kỳ đưa đi di tản bằng máy bay, Philippines và đảo Guam chính là 2 trạm trung chuyển. Từ Guam và Philipines người Việt được đưa đến 4 căn cứ quân sự nằm rải rác ở Mỹ, California nơi gia đình tôi đến là một, và ba điểm còn lại là Fort Chaffee ở Arkansas, Eglin Air Force Bay ở Florida, và Fort Indiantown ở Pensylvania, với kế hoạch phân tán người Việt Nam ra khắp nước Mỹ. Có thể họ không muốn tập trung lại vào một khu vực sẽ rất dễ bị người Mỹ phản đối bởi các hệ lụy khi người nhập cư ồ ạt dồn đến: bất ổn xã hội, mất việc làm, gánh nặng bảo trợ...

3 tháng đầu tiên sau khi đến Mỹ, ba má và các anh chị em tôi ở Camp Pendleton, những quân nhân ở trại lính đó đối xử rất tử tế với dân tị nạn. Có lẽ một phần là do được thụ hưởng nền giáo dục nhân bản, phần còn lại do tình người từ trong tiềm thức, họ thương hại những người tị nạn bơ vơ, không biết tiếng Anh, không giao tiếp được, nên luôn tận lực giúp đỡ. Mỗi ngày, những người lính đều nấu sẵn cơm và thức ăn để phân phát cho mấy chục ngàn người. Họ còn dựng sẵn lều cho tất cả ở tạm, chuẩn bị đầy đủ chăn mền, nhất là thời tiết cuối tháng 4 vẫn còn khá lạnh đối với những di dân vừa đến từ vùng nhiệt đới. Cuộc sống tuy tạm bợ nhưng đã được

các sĩ quan Mỹ tổ chức rất quy củ và ngăn nắp, không xảy ra bất kỳ vấn đề đáng tiếc nào. Anh Tùng nói, thật sự rất đáng để khâm phục và biết ơn họ!

Về sau, cả nhà được đưa sang Texas theo một nhóm người do nhà thờ Công giáo bảo trợ ở Plano, một thành phố nhỏ thuộc ngoại ô Dallas.

*

Buổi chiều đó, tôi, Thu, Nga ngoan ngoãn đi theo 3 anh chị lớn lên xe taxi trở về nhà. Trên taxi không ai nói với ai một lời nào.

Cho đến hôm sau, ngủ dậy tôi thấy mắt các anh chị ai cũng đỏ hoe, lúc đó tôi mới bàng hoàng nhận ra mất mát kinh khủng nhất của cuộc đời mình.

Nhiều năm sau, tôi nghe kể lại là trong buổi chiều làm ra cuộc chọn lựa lạnh lùng đó, ba tôi đã định sẽ đưa chị Linh đi, để chị Trâm ở lại. Nhưng chị Linh không chịu. Chị chỉ nói đơn giản:

- Ba đưa Trâm đi đi, để con ở lại lo cho các em.

Lúc đó, chị Linh chưa đầy 20 tuổi.

Và những ngày tháng về sau này ở Việt Nam, chị chính là người đã hy sinh tất cả để lo lắng, bảo bọc cho chúng tôi.

CHƯƠNG IV

NHỮNG NGƯỜI Ở LẠI

Ba má và 6 anh chị em vừa di tản chừng vài ngày thì bỗng dưng có bà con xa lại đến! Đó là gia đình cô Công, làm rẫy ở Lâm Đồng. Nói gia đình, nhưng tôi không thể tưởng tượng nổi có gia đình nào mà dắt díu nhau già trẻ lớn bé khoảng 30 chục người, mang vác ngoài quần áo chăn mùng còn có cả nồi niêu xoong chảo, đến kêu cửa nhà tôi đòi ở nhờ vì Việt cộng đang đánh vào, Lâm Đồng không yên nữa.

Anh Khoa và chị Linh vẫn đồng ý cho họ ở. Nhưng thấy họ quá đông, quá lỉnh kỉnh, ở chung với anh em chúng tôi sẽ rất chật chội, bất tiện, nên anh chị nói với họ là dọn vào ở khu nhà phía bên trường học mà trước đây ba má tôi dạy, cũng nằm trong khuôn viên nhà, nhưng tách ra với nhà ở của chúng tôi. Thế là họ đứng ngoài đường, chửi vung lên:

- Ba má tụi bây đã đi Mỹ hết rồi, bỏ tụi bây lại mà tụi bây còn ích kỷ không cho tụi tao vô ở nhờ à? Đồ ác độc!...

Một người dạo đầu xong, cả đám mấy chục người hùa theo, chửi tiếp. Tôi và Thu, Nga đứng trên lầu nhìn xuống vô cùng kinh hãi. Hàng xóm kéo nhau ra coi vì cả đám người đứng chửi rất to tiếng.

Anh Khoa, chị Linh và tất cả mấy đứa chúng tôi vốn là con thầy cô giáo, được rèn dạy rất nghiêm từ nhỏ. Trong nhà đứa nhỏ còn không dám cãi cọ với anh chị lớn hơn, huống chi là chửi bới ngoài đường với người lạ. Tôi không nhớ rõ lúc đó bà ngoại và dì Thảo đi đâu? Thời điểm ba má mới đi Mỹ, bà ngoại và dì Thảo vẫn còn ở với chúng tôi. Nhưng hôm đó nhà chỉ có mấy anh em nên không biết phải làm sao, vừa giận lại vừa rất sợ, đóng cửa trong nhà chịu đựng họ chửi cả ngày trời! Cuối cùng, chịu hết xiết, chị Linh phải mở cửa cho họ vô ở.

Cũng nhờ màn "chửi thông báo" của nhà Cô Công mà ngay hôm đó, cả xóm từ nghi ngờ chuyển sang xác tín là ba má tôi đã đi Mỹ thật rồi, bỏ 6 anh em tôi ở lại.

Mấy hôm sau, tôi ra tiệm tạp hóa của dì Sáu mua thực phẩm, dì hỏi thẳng mặt:

- Sao ba má tụi bây ác dữ vậy? Đi Mỹ sao không dắt tụi bây theo?

Lúc đó tôi chỉ biết tủi thân, chảy nước mắt, im lặng đi về, không biết trả lời làm sao hết!

Cả nhà Cô Công tràn vào nhà tôi với một thái độ rất ngang ngược. Có lẽ họ nghĩ ba má tôi đã đi, tụi tôi chỉ là mấy đứa con nít không biết gì, không thể tự vệ... Cũng may, sau khi Việt cộng chiếm Sài Gòn khoảng một tuần thì "gánh chửi" Cô Công cũng trở về Lâm Đồng. Về sau, nhà cô cũng có mấy người đi vượt biên. Mấy chục năm sau họ có liên lạc với ba má tôi ở Cali. Tất nhiên tôi không bao giờ muốn gặp lại những người "bà con" như vậy!

*

Tiếp theo, chúng tôi lại có cơ hội gặp ngay những người lính Việt cộng đầu tiên tìm đến nhà mình. Thật bất ngờ! Đó lại là chú Đi, tài xế cũ của ba tôi, hồi ông còn làm Quận trưởng ở Bến Lức (thuộc tỉnh Long An). Ai ngờ được người tài xế của Quận trưởng lại là Việt cộng nằm vùng?

Chú này đến cùng 5-6 ông bộ đội, ở trong nhà tôi độ khoảng 4-5 ngày.

Khi nghe nói ba má tôi đã đi thoát qua Mỹ, chú buồn buồn nói với mấy anh em tôi:

- Cũng may là ông Thiếu tá (ý là ba tôi) đã đi Mỹ rồi. Chứ nếu còn ở lại, tôi thật không biết ăn nói sao với ổng!

Tụi tôi cũng không biết trò chuyện thế nào với chú. Chỉ thấy hoang mang, lạ lẫm. Chú hay kể lể chuyện chú quý mến nể phục ba tôi ra sao, gia đình tôi tốt với chú thế nào... Trước khi đi chú còn tặng lại cho tụi tôi một ít lương khô nhãn hiệu Liên Xô. Kể từ đó thì bặt tăm, không liên lạc gì nữa. Với đám con nít Sài Gòn như tôi thì lương khô hương vị khó ăn vô cùng, không nuốt nổi.

Tuy nhiên, chẳng bao lâu sau, tôi mới nhận ra rằng lương khô không tệ! Không có gì để ăn mới thực sự là rất tệ!

Khoảng một tuần sau khi Sài Gòn thất thủ, là bầu không khí hoàn toàn đảo ngược với Sài Gòn mà tôi đã từng lớn lên.

Có lẽ lúc đó mới *"tiếp quản,"* quân đội và các cán bộ quản lý ngoài Bắc vào chưa kịp, cho nên có một bọn rất hống hách lợi dụng tranh tối tranh sáng nhảy ra kiếm chác. Đó là bọn mà chúng tôi gọi là *"cách mạng 30 tháng 4,"* tập trung những thành phần gia đình có người tập kết ra Bắc, có công với cách mạng, trốn lính VNCH... Ngoài ra, thành phần du đảng, trộm cướp cũng xuất hiện lộng hành.

Khi phía Cộng sản thắng cuộc thì chúng bỗng trỗi dậy như rươi! Chúng tụ tập với nhau và xộc thẳng vào những nhà từng có người thân đi lính VNCH, nhất là những nhà có thân nhân di tản như nhà tôi, để kiếm chuyện, hùng hổ la hét, gọi chúng tôi là *"bọn ác ôn có nợ máu với nhân dân."*

Sau đó lính bộ đội bắt đầu tiếp thu, chia khu vực nhà tôi ở thành phường và tổ dân phố để phục vụ cho việc quản lý của họ. Mỗi tổ có từ 10-15 "hộ" (nhà bây giờ gọi là hộ), do 1 tổ trưởng tổ dân phố cai quản. Nhiều tổ gom thành một phường. Nhà ai cũng phải khai báo "nhân khẩu" chi tiết. Có ai đến nhà, rời nhà chủ nhà đều phải trình báo cho tổ trưởng.

Lần đầu tiên bị xét nhà, mấy anh em tôi sợ đến kinh hoàng! Một đám người có vũ khí đột ngột đập cửa xông vào nhà, dọa nạt, chửi bới, và tự nhiên lấy đi những gì họ thích, và họ gọi một cách hợp pháp là *"tịch biên"* nghĩa là "tịch thu." Nhà tôi lúc đó có một chiếc Honda của chú tôi gửi, cũng bị lấy.

Những di vật nho nhỏ của cậu Tâm hồi cậu đi lính không quân như đồ bay, hình ảnh, sách vở học đại học của các anh chị tôi... đều bị hốt hết ra cửa, chất đống, đốt sạch. Họ nói chúng tôi chứa chấp đồ của Mỹ Ngụy, *"phản động."*

Có lần giữa đêm bị kêu cửa xét nhà, chúng tôi không mở. Đám người này trèo vô từ lầu 2, đi xuống nhà lôi tất cả dậy, một tên trong bọn chĩa súng vào đầu anh Khoa, quát lên:

- Tại sao không mở cửa? Có tin tao bắn chết mày không? Cha mẹ tụi mày có tội lớn với nhân dân mà tụi mày còn cứng đầu à?

Lục soát vài lần đến chán chê, không còn gì để lấy thì đêm nọ khoảng 2g sáng họ lại trèo vào nhà từ lầu 2, lôi đống sách vở bằng tiếng Anh của cậu Tâm và các anh chị ra tra hỏi. Anh Khoa nói đó là sách vở để học, không phải tài liệu phản động. Họ mặc kệ, lôi anh Khoa đi lao động khổ sai "học tập cải tạo" hết 2 tuần thì thả.

Không khí khủng bố bao trùm lên cả Sài Gòn lẫn miền Nam chứ không riêng gì nhà tôi lúc đó. Chỉ có chúng tôi càng sợ hơn người khác vì chúng tôi chỉ là 6 đứa trẻ côi cút không có cha mẹ. Bà con thân thích cũng không có ai quan tâm. 6 anh em chúng tôi rơi vào hoang mang, những đứa nhỏ như tôi, Thu, Nga thậm chí rất hoảng loạn.

Ngoài tấn công vào tinh thần, thể xác chúng tôi cũng không ngoại lệ. Chỉ trong vòng vài tháng, những đứa trẻ con nhà khá giả đi thẳng một bước đến không có cơm ăn.

Hồi ban đầu, khi cán bộ Cộng sản và bộ đội tràn vào Sài Gòn, dân Sài Gòn nhìn chung là rất khinh rẻ họ. Nhất là khi nhìn họ bắt gặp cái gì cũng trầm trồ, sửng sốt, thu gom nhặt mọi thứ từ lớn tới nhỏ vì họ thấy lạ lẫm, đẹp mắt, giá trị. Tuy nhiên, tất cả không ngờ rằng chỉ sau một thời gian ngắn, dân Sài Gòn rất Tây, rất "dân chơi," lại bị đói, lại phải đi nhặt nhạnh vơ vét từng củ khoai, miếng thịt, trở thành những kẻ còn khốn khổ gấp mấy lần những cán bộ, bộ đội cách đây mấy tháng còn đói vàng mắt trong rừng, giờ vụt *"rũ bùn đứng dậy sáng lòa,"* như những ôn thần nắm trong tay quyền sinh sát.

Nhà tôi trên đường Đông Hồ lúc đó là ngôi nhà lầu có tổng cộng 12 phòng, được ba má tôi mua lại từ một người quen, ban đầu xây lên với mục đích cho lính Mỹ thuê vào những năm 1960. Sau đó làm ăn ế ẩm nên bán đi. Ba má tôi về đập bớt toilet riêng trong mỗi phòng, chỉ giữ lại trong vài phòng ở, còn lại cải biến thành phòng học cho trường tư thục Cộng Hòa mà hai ông bà cùng khoảng 10 thầy cô khác luân phiên giảng dạy. Ba tôi giải ngũ năm 1969, làm việc cho CIA đến 1973 thì nghỉ, về dạy hẳn trong trường, còn má tôi trước đó đã có thâm niên. Khi họ rời đi, trường học đóng cửa, căn nhà lớn còn lại 6 anh em chúng tôi cùng bà ngoại và dì Thảo.

Chúng tôi hoàn toàn không có tiền, nên bắt đầu sinh sống bằng việc bán dần đồ đạc trong nhà. Ban đầu là quạt trần, rồi đến khung cửa sổ... Cái gì gỡ ra bán được thì cứ bán!

Không biết ai mật báo với chính quyền mà Công an xuống nhà bắt chị Linh lên phường giữ suốt một đêm. Họ tra gạn tại sao gỡ đồ đạc này nọ... Chị Linh rất tức, trả lời, *"tụi tôi không có tiền mua gạo ăn thì bán đồ trong nhà, đâu có liên quan đến ai?"*

Công an phường quát lại:

- Sao lại không liên quan? Ba má tụi bây có nợ máu với nhân dân, giờ đã bỏ trốn đi Mỹ thì tài sản này là tài sản của nhân dân. Tụi bây phải để yên đó, không có quyền bán chác gì hết!

Chị Linh thấy khôi hài quá, nhưng cũng không biết trả lời thế nào, đành chịu trận cho họ giữ một đêm vì tội gỡ đồ nhà mình đem bán, sáng hôm sau thả về.

Nếu thực sự chính quyền Cộng sản thực tâm lo lắng, bảo vệ cho tài sản của nhân dân đến thế thì chúng tôi quá mừng! Tuy nhiên, ngày họ cướp lấy nhà chúng tôi thực ra cũng không còn xa mấy. Ban đầu là họ đổi cho chúng tôi, lấy căn nhà lớn của ba má tôi để lại, buộc 6 anh em chuyển đến một căn nhà nhỏ hơn trên đường Mai Khôi. Lý do do là tịch thu nhà tôi, "quốc hữu hóa" thành trường học, phục vụ nhân dân. Căn nhà nhỏ ở Mai Khôi là của một gia đình đi vượt biên bỏ lại. Lúc đó luật pháp không như bây giờ, mặc dù bây giờ luật pháp cũng chỉ là thứ trang trí của chính quyền nhưng không đến nỗi khủng bố như lúc đó, người ta có thể ngang nhiên tước đoạt tất cả những gì của dân chúng, thậm chí cả sinh mạng, mà không ai dám, không ai có thể phản kháng. Và căn nhà này về sau được chính quyền ưu đãi cấp cho một cán bộ ngoài Bắc vào. Nhưng cuối cùng lại bị một cán bộ khác có thế lực hơn "hớt tay trên," người đủ sức hớt tay trên đó là một cái tên mà chắc nhiều người biết: gián điệp Cộng sản, nhà báo Hoàng Văn Minh, họa sĩ Dzu.

Dĩ nhiên, trong góc nhìn của phía Cộng sản, Hoàng Văn Minh là một nhân vật "con cưng," sau này được báo chí, nhất là tờ Công An Thành Phố HCM (do ông ta làm lãnh đạo) ca ngợi như một trí thức tài hoa, một nhân cách lớn. Từ trước 1975, ông ta có vợ là bà Nguyễn Thị Xuân, sau 1975 bà giữ chức vụ khá lớn trong ngành Giáo dục ở thành phố. Hai vợ chồng đã chơi chung nhóm bạn của anh Khoa trong phong trào sinh viên phản chiến của Đại học Vạn Hạnh. Sau năm 1975, thấy anh em chúng tôi đói, ông có đem đến cho vài lần, mỗi lần 1-2 ký gạo. Tôi vẫn thường nghĩ, chuyện ông ta khơi khơi hưởng trọn nhà của mình và một căn nhà khác của bác Lộc, một bà cụ là khách hàng của chị Linh, với chuyện ông ta cho chúng tôi gạo ăn, là 2 chuyện phải nhìn nhận song song. Dù ghét ông ta, nhưng vẫn phải mang ơn mấy ký gạo đó. Vì người Việt mình có câu *"miếng khi đói bằng gói khi no."*

Trở lại chuyện khi chúng tôi vẫn còn bám trụ trong nhà, hết công an phường rồi đến tổ dân phố, tìm mọi cách ép chúng tôi rời Sài Gòn, tình nguyện đi đến nơi gọi là khu "kinh tế mới."

Tổ trưởng tổ dân phố nơi tôi ở lúc đó là ông Hai Trình, khoảng ngoài 70 tuổi, nhỏ con, dáng vẻ loắt choắt khó chịu. Chính quyền Cộng sản quy định hàng tuần phải có 1 người đại diện cho mỗi gia đình tham gia họp tổ dân phố để nghe tuyên truyền về những ưu việt của chính quyền mới chiếm đóng, và trình bày tình hình của mỗi gia đình cho tổ dân phố nghe, cũng như kiểm soát phê bình mọi người dân về hành vi, việc làm, nói chung là họ hoàn toàn muốn mọi người dân phải phục tùng chế độ mới. Nếu bỏ họp sẽ không được xét duyệt mua gạo và nhu yếu phẩm.

Đó chính là nỗi kinh hoàng khi mỗi gia đình chỉ được duyệt cho mua nửa ký thịt mỗi tháng. Gạo, muối, đường, bột ngọt,... cũng theo đầu người, và dĩ nhiên là không đủ ăn. Giao thương giữa Sài Gòn và các tỉnh bị chặn đứng, lương thực ở đâu bán tại nơi đó, tất cả đều giao dịch qua cửa hàng của nhà nước, các giao dịch buôn bán bên ngoài các mặt hàng do nhà nước quy định, chủ yếu là những mặt hàng thiết thực trong đời sống con người như gạo, muối, thịt, cá, xăng dầu... đều bị xem là buôn lậu. Nói đơn giản, nhà nước nắm lấy cái ăn, cái mặc của người dân, cho đến từng hạt đường, hạt muối.

Riêng gia đình tôi vì có người đi Mỹ nên bị tổ trưởng báo cáo lên cấp trên là *"thành phần có nợ máu với nhân dân,"* không được xét cho mua gạo.

Chúng tôi phải tìm cách lén lút mua "gạo lậu" bên ngoài, vô cùng khan hiếm và đắt gấp mấy chục lần so với giá gạo bán ở cửa hàng mậu dịch. Cộng với khẩu phần chị Linh là giáo viên được cấp cho, chỉ đủ để ăn cầm hơi. Thật may là sau 30-4, khi khai báo với chính quyền Cộng sản, dựa vào việc ba má tôi mở trường tư thục, chị Linh khai chị ấy đang là giáo viên của trường. Nhờ thế, chính quyền đồng ý cho chị tiếp tục nghề dạy học, phân bổ về trường Kiến Thiết ở quận 3. Nhờ lanh trí, chị Linh trở thành cô giáo, *"nhân viên nhà nước,"* ngay trong những ngày loạn lạc.

Khẩu phần chị Linh được nhà nước cấp 1 tháng là nửa ký thịt và 100gr bột ngọt. Bột ngọt lúc đó như của quý, chúng tôi không dám ăn. Chị Linh đem bột ngọt ra chợ đen bán đổi lấy rau. Thịt vốn chỉ là thịt mỡ, thắng lên để dành 6 anh em xào nấu với rau, ăn suốt cả nửa tháng mới hết. Không đủ gạo, không có thịt cá, chúng tôi ăn cơm độn khoai. Suốt một thời gian như vậy, ăn khoai vì không được nhà nước bán gạo! Có hôm ông Hai Trình đến kiểm tra nhà tôi như thường lệ, cả nhà mới luộc khoai xong, chị Linh nhìn thấy ông Hai Trình thì giận quá, bưng rổ khoai dí vào mặt ông, quát lên:

- Ông còn kiểm tra cái gì? Ông nhìn đi! Cả nhà tôi đều ăn khoai như thế này, ông còn chưa vừa lòng hả? Tụi nó nhỏ như vậy mà không có cơm ăn. Ba má tôi đi Mỹ thì thôi, còn lại các em tôi làm gì nên tội mà ông không cho tụi nó mua gạo nấu cơm ăn?

Mấy lần sau họp tổ dân phố, lần nào ông cũng lôi chị Linh ra trước "quần chúng nhân dân," kể đi kể lại cho mọi người nghe chuyện chị Linh mắng quát ông, bảo chị là "nhỏ mà rất hỗn." Còn khiêu khích chị, nếu ở lại thành phố cảm thấy không chịu nổi thì "đăng ký" đi kinh tế mới.

Chúng tôi chưa hiểu rõ *kinh tế mới* là gì. Chỉ nghe loáng thoáng họ tuyên truyền là về những vùng nông thôn hoặc miền rừng núi sẽ xây dựng thành xã hội. Ở đó sẽ chăn nuôi trồng trọt, ăn uống no đủ... Nếu đi sẽ nhận được rất nhiều ưu đãi hỗ trợ từ nhà nước. Chị Linh tuy còn trẻ nhưng rất thông minh và cứng cỏi. Chị nói:

- Họ dụ dỗ mình bỏ nhà đi để lấy nhà của mình cấp cho cán bộ ngoài Bắc vô ở đó! Vả lại nếu mình đi rồi thì ba má muốn liên lạc tìm lại tụi mình thì phải làm cách nào? Làm sao liên lạc được? Tuyệt đối không được đi.

Lần nào ông Hai Trình đến, chị cũng cãi nhau với ông. Dù gì chị cũng có "chức danh" là giáo viên nhà nước của trường Kiến Thiết quận 3, nên ông Hai Trình không dám làm gì to chuyện với chị. Đến khi có một tay Công an khu vực còn trẻ, thái độ lầm lì, tên Phương, đến nhà để thuyết phục, chị Linh liền lên tận Sở nhà đất để hỏi cho rõ. Trên Sở nhà đất có một người thích chị Linh vì chị ấy rất đẹp, nên đã kín đáo chỉ dẫn, khuyên chị không nên đi, và anh giúp đỡ cách nào đó mà địa phương để yên, không thúc ép nữa.

Và trước khi chúng tôi chết đói, bất ngờ có người đã dang tay giúp đỡ. Chú Ba Thành lúc đó trạc 60 tuổi, là người Nam tập kết ra Bắc. Sau 75 hình như không được chính quyền trọng dụng, chỉ nhận cái chức nhỏ bé là tổ trưởng tổ dân phố. Khác với tác phong thường thấy ở những cán bộ của "bên thắng cuộc," chú dọn về chung với một cô trước kia bán bar. Khu nhà tôi ngày trước có nhiều building, nhà trọ, quán bar phục vụ lính Mỹ, nên mấy cô hành nghề bán bar sau 75 vẫn còn một số người sống ở đây. Tuy không phải là tổ trưởng khu phố tôi ở, nhưng không biết nghe ai nói về hoàn cảnh tụi tôi mà chú Ba Thành động lòng trắc ẩn, và can thiệp để cho nhà tôi được mua gạo theo sổ.

Nhưng mua theo sổ không có nghĩa là muốn mua bao nhiêu thì mua, đều có định mức. Nhà tôi chỉ có mình chị Linh đi làm cho nhà nước, dĩ nhiên khẩu phần ít ỏi không đủ cho mấy anh em ăn no. Ba chị em tôi, Thu, Nga đang tuổi lớn, sống thiếu thốn lại thèm ngọt kinh khủng! Thỉnh thoảng tụi tôi lén để dành một nắm gạo. Để dành đến khi đầy 1 lon thì đem ra ngoài xóm đổi với dì bán chè được 1 chén nhỏ, 3 đứa ăn chung.

*

Nhớ lại lúc giao thời đó tuy đói khổ nhưng hình như "chất sống" của người Sài Gòn cũ vẫn còn đậm nét, nên chúng tôi mới may mắn còn "nguyên vẹn" đến ngày giờ này.

Tôi nhớ mãi có một lần, Nga bỏ nhà " đi bụi" gần 2 tuần lễ.

Hồi đó trong xóm, tụi tôi có đứa bạn gái tên Lê. Ba của Lê là đại tá VNCH, bị bắt đi cải tạo. Mẹ của Lê nghe nói cặp với một cán bộ tập kết. Lê giận bỏ nhà lên nhà dì Tám của Lê ở Gò Vấp. Lê rủ Nga đi theo lên Gò Vấp chơi. Nga theo lên đó được khoảng 1 tuần thì Lê có mâu thuẫn gì đó với dì Tám nên Lê lại dắt Nga ra Xa cảng miền Tây. Hai đứa con gái 11-12 tuổi ăn ngủ trong nhà chờ bến xe, giả vờ như đang đón xe về miền Tây vậy! Ở tạm bến xe được mấy ngày thì Lê dắt Nga trở về nhà tôi.

Nga đi gần một tuần sau cả nhà mới phát giác và đi tìm. Tìm cả tuần nữa vẫn không biết Nga đi đâu... Lúc Lê dắt Nga về, anh Khoa giận quá, bắt Nga nằm trên giường xách roi quất cho một trận đòn rất dữ! Tôi nhớ lúc đó Nga bị một vết thương trên mí mắt, suýt chút là mù luôn.

Ngoài ra, Nga còn có một chuyện rất "kinh thiên động địa"! Lúc mới tiếp quản, Việt cộng sợ dân phản kháng nên đã ru ngủ mọi người bằng cách lập ra những tụ điểm để thanh niên lẫn trẻ em sinh hoạt văn nghệ múa hát. Tôi và Thu, Nga cũng ham vui, đi xem những chương trình đó. Họ dựng sân khấu ngoài trời và múa hát toàn nhạc cách mạng nổi tiếng như: *Tiếng chày trên sóc Bombo, Mũ tai bèo, Cô gái sông Hồng*... Và lập ra các Đoàn Thanh Niên Xung Phong, Đội Thiếu Nhi Tiền Phong... Lúc đó Nga khoảng chừng 11 tuổi cũng gia nhập đội đoàn gì đó tôi không nhớ chính xác. Vì Nga xinh đẹp nên rất nổi bật trong hội. Họ tập hợp các thanh thiếu niên, cho đi học 2 ngày, mỗi ngày khoảng 1 tiếng đồng hồ. Tôi hỏi Nga học gì, Nga nói học... chích ngừa!

Sau đó họ tập họp người dân lại để chích ngừa. Tôi không nhớ chích ngừa bệnh gì, chỉ nhớ cảm giác không thể tưởng tượng nổi khi một đứa trẻ 11 tuổi cầm kim chích ngừa cho người khác sau khi được đi học 2 ngày! Nga chích cho khoảng mấy trăm người, dùng chung 1 cây kim thôi. Lúc đó là khoảng tháng 9 hay tháng 10 năm 1975 chứ không phải là thời mông muội nào cả! Đến giờ nghĩ lại, tôi vẫn thấy khiếp sợ với cái gọi là nền văn minh xã hội chủ nghĩa.

Phải nói thêm, tôi không hiểu các chú bác bên nội tôi nghĩ gì, nhưng suốt từ lúc ba má tôi đi cho đến nhiều năm sau khi đến lượt tôi đi khỏi Việt Nam, cả trong những ngày tiếp quản Sài Gòn kinh khủng nhất, bên họ nội tôi chưa từng có ai ghé thăm chúng tôi! Chỉ có bên ngoại thỉnh thoảng dì Thảo đến cho chúng tôi một nải chuối, hoặc vài thứ bánh kẹo linh tinh, rồi đi. Còn lại, chúng tôi hầu như chỉ được người ngoài giúp đỡ.

Tôi nhớ mãi dì ba, mẹ của Mỹ trong xóm. Mỹ chơi với 3 chị em tôi, Thu, Nga. Dượng Ba, cha của Mỹ là tài xế đường dài tuyến Sài Gòn–Hà Nội, một trong những nghề rất "hot" thời bao cấp, bởi có thể giúp người ta buôn lậu. Ai có thể thiếu thốn chứ tài xế đường dài lúc đó luôn rất no đủ, khá giả. Nghe nói ba của Mỹ buôn lậu xăng dầu. Chị dâu Mỹ có vựa trái cây ngoài cầu Ông Lãnh. Dì ba, mẹ Mỹ, không vì hoàn cảnh cách biệt mà coi thường tụi tôi, dì rất tử tế và rất tốt với chị em tôi. Mỹ thường rủ tụi tôi qua nhà, đem trái cây ra cho ăn. Dì ba hay kêu ở lại ăn cơm. 3 chị em tôi rất ít khi từ chối vì đói quá! Chẳng những ăn chực của dì, tụi tôi còn mượn gạo về nhà nấu cơm. Biết tụi tôi không có cha mẹ, nghèo đến mức chả có gì để trả nợ, nhưng dì ba vẫn vui vẻ cho mượn. Hỏi là cho! Nhà dì ăn toàn gạo ngon. Đến khi nhà tôi được phép mua gạo của nhà nước, đem trả lại thì trả gạo dở, là gạo cũ đã bị mối mọt quá hạn, là chất lượng gạo bán của nhà nước. Thế nhưng dì vẫn vui vẻ nhận, không một lời trách móc, phàn nàn.

Tấm lòng đó của dì ba và Mỹ, mấy chị em tôi không bao giờ quên được. Cho đến năm 1979 thì ba Mỹ bị bắt đi tù. Năm 1982 khi tôi đi Mỹ ông vẫn chưa được thả. Năm 1997 tôi trở về Việt Nam có đi tìm Mỹ và dì Ba, chúng tôi trùng phùng sau hơn 15 năm xa cách. Đến năm 2000 tôi về lần nữa thì Mỹ đã dọn đi nơi khác, đến giờ tôi cũng chưa có cơ hội gặp lại. Không biết Mỹ đã đi đâu, sống như thế nào?

Hay như Trang, bạn học của tôi. Nhà Trang đạo Công giáo, gia đình bán tạp hóa gần chợ Tân Bình. Tôi thường đến nhà rủ Trang đi học. Mỗi lần mẹ Trang làm bánh mì là Trang nói bác làm thêm cho tôi 1 phần, rất ngon! Lúc đó tôi đi học chỉ có mỗi một bộ đồ rách, nhìn tả tơi nhem nhuốc, nhưng cả nhà Trang đối xử với tôi luôn ân cần, vui vẻ. Năm 1997, cùng với việc tìm lại nhà Mỹ, tôi cũng về Sài Gòn tìm Trang nhưng không gặp. Sau đó hỏi thăm mới biết Trang đã có chồng, được chồng bảo lãnh qua Mỹ, sống ở Seatle, Washington. Đến nay tôi vẫn giữ liên lạc với Trang, một tình bạn trải qua hơn 40 năm.

Và còn nhiều người khác nữa. Những cô những dì bán gánh hàng rong hay mở tiệm, ngồi trong xóm hay buôn thúng bán bưng... họ luôn cho tụi tôi mua chịu, mua thiếu, rất hiếm khi từ chối! Khi có tiền thì trả. Có khi đói quá mà không đủ tiền mua gạo, tụi tôi mua chịu một nải chuối, đem về nhà chia nhau ăn trừ cơm cho qua cơn đói. Nhờ những con người tử tế đó mà tụi tôi đã vượt qua đói khát, vẫn sống, vẫn tin vào tình người.

Khi đã trưởng thành, đã có được cuộc sống yên ổn như ngày nay, tôi chưa bao giờ có cảm giác coi thường những người nghèo khó. Vì chính tôi đã từng nghèo đến mức không thể nghèo hơn! Và những ân nhân của tôi hầu hết họ cũng nghèo. Nhưng họ đã chìa tay ra, chia sớt với tôi miếng cơm họ có.

Lúc đó cũng có những bất ổn, nhưng không phải là hỗn mang độc địa như bây giờ. Tuy ai cũng khổ, nhưng dân nghèo với nhau không có cướp giật hay giết chóc. Ngoài thành phần tiếp quản đã đến nhà tôi ngang nhiên lấy đi những gì muốn lấy, thì chúng tôi chỉ bị trộm vặt. Nhà tôi khung cửa sổ đã bị gỡ đi bán hết nên nhà cửa trống lốc. Trộm viếng không biết bao nhiêu lần! Chỉ trộm được mỗi quần áo cũ chứ chúng tôi làm gì có tiền?

Nhớ hồi tháng 9 năm 1975, Cộng sản đổi tiền lần thứ nhất, đưa "tiền giải phóng" vào lưu hành thay cho tiền Việt Nam Cộng Hòa (VNCH). Đó là một biến cố lớn trong đời sống tất cả người dân ở miền Nam. Thời điểm đổi tiền tôi còn nhỏ, sau này tìm hiểu mới thấy sự dã man của nó.

Đồng tiền mới gọi là tiền Cộng Hòa Miền Nam Việt Nam (CHMNVN), theo quy định chính quyền thông báo, đến ngày 22 tháng 9 năm 1975 tiền VNCH mệnh giá trên 50 đồng bị cấm lưu hành và phải đổi sang tiền mới. Tin này được loan trên đài phát thanh lúc 4 giờ sáng ngày 21 tháng 9, ban lệnh người dân phải về nhà trước 11 giờ đêm để đợi thông báo quan trọng. Lúc 2 giờ sáng ngày 22 tháng 9 tin loan về quy định đổi tiền nhưng kéo dài thời gian giới nghiêm, thay vì chấm dứt lúc 5 giờ sáng để dân chúng đi lại được thì sẽ chấm dứt lúc 11 giờ sáng. Thời gian đổi tiền chấm dứt lúc 11 giờ đêm ngày 22 tháng 9 nên người dân chỉ có 12 giờ đồng hồ để thi hành. Từ Quảng Nam, Đà Nẵng vào Nam, hối suất là 500 đồng VNCH bằng 1 đồng CHMNVN. Từ

Thừa Thiên Huế tức phía bắc đèo Hải Vân trở ra, hối suất là 1,000đ VNCH bằng 3 đồng tiền CHMNVN.

Mỗi gia đình được đổi 100,000 đồng VNCH ra thành 200 đồng CHMNVN để tiêu dùng thường nhật (300 đồng ở Thừa Thiên). Tiểu thương có thể đổi thêm 100,000 đồng nữa. Những xưởng lớn thì giới hạn là 500,000 đồng. Số tiền còn lại, tối đa là 100,000 cho một gia đình và 1,000,000 đồng cho công xưởng thì phải ký thác vào ngân hàng. Ai không gom tiền đi đổi kịp hoặc nhiều tiền hơn muốn đổi cũng không được. Trương mục sau đó bị khóa đến đầu năm 1976 mới cho phép rút 30 đồng CHMNVN mỗi tháng. Tuy nhiên đến tháng 12 năm 1976 thì lại khóa trương mục và dân chúng không được rút tiền nữa.

Tiền mới có mệnh giá: 10 xu, 20 xu, 50 xu và 1 đồng, 2 đồng, 5 đồng, 10 đồng, 50 đồng.

Nhiều người đã phẫn uất đến mức tự tử, vì cuộc đổi tiền chẳng khác nào xóa sạch mồ hôi nước mắt. Khi từ số tiền 100,000 đồng, họ bị đổi thành 200 đồng. Và khi tiền trong trương mục ngân hàng của mình bỗng nhiên không rút ra được nữa! Cả đời vất vả làm lụng tích cóp, bỗng tan biến như bọt nước.

Ba má đã đem hàng triệu đồng đi khỏi Việt Nam, chúng tôi tay trắng nên chẳng có tiền để đổi. Nghĩ lại thấy khá là khôi hài, kiểu như trong cái rủi có cái may! Chả biết có may không, nhưng quần áo đã bị trộm sạch, đến nỗi có lúc mấy chị em tôi mỗi người chỉ còn duy nhất một bộ đồ dính trên người. Theo chỉ tiêu, chị Linh được nhà nước chia mỗi năm 2 thước vải. Chị đem bán vải, mua về mấy bao vải đựng bột mì của Liên Xô, Tiệp Khắc thời đó viện trợ cho Việt Nam, cắt ra may quần áo cho mấy đứa nhỏ tụi tôi. Còn chị Linh chẳng bao giờ may vá sắm sửa gì cho bản thân chị hết! Tối ngủ, mấy chị em phải thay đồ rách mặc vô, giặt sạch bộ đồ lành lặn phơi lên để hôm sau mặc tiếp!

Lần nọ, ăn trộm lấy luôn chiếc xe đạp của anh Hải chồng chị Linh. Chị Linh lấy chồng tháng 8 năm 1975, chỉ 3 tháng sau ngày ba má tôi đi Mỹ. Chiếc xe đó anh Hải dùng để chở chị Linh đi dạy mỗi ngày. Chị phát giác lúc nó vừa tuồn ra cửa lúc nửa đêm, tức tối, chị mặc bộ đồ rách chạy bộ đuổi theo tên trộm. Dĩ nhiên là không đuổi được; bấy giờ có một ông đi xe honda thấy chị tội quá, ông ấy giúp chở đi lòng vòng tìm cả tiếng đồng hồ nhưng chỉ uổng công.

Khổ là khổ vậy, bị trộm suốt là vậy... nhưng trong lòng mấy anh chị em chúng tôi chưa bao giờ có ý nghĩ xấu, hay muốn làm chuyện xấu. Chỉ thấy buồn, thấy bất lực. Cho đến khi chị Linh chịu hết nổi cảnh đói khổ đó, chị quyết định phải xông ra đường, buôn lậu!

*

Ban đầu, chưa hẳn là buôn lậu, mà gọi là ra "chợ trời."

Lúc đó dì Thảo vẫn còn ở với chúng tôi. Dì và chị Linh mướn một sạp trong chợ Tân Bình. Năm 1975 chợ còn rất nhỏ, lại đang xây dang dở thì Cộng sản vào, nên phải tạm dừng lại. Hai người qua Chợ Lớn mua khoai lang, khoai mì về bày bán trong sạp. Có lẽ vì không có kinh nghiệm buôn bán, không biết chào hàng nên bán rất ế! Khoai ế nhiều quá phải đem về nhà luộc lên để bán cho mấy người trong xóm, vẫn không có bao nhiêu người mua. Cuối cùng, mấy chị em dì cháu phải đem khoai ra cắt mỏng, định phơi khô để dành trong nhà ăn dần. Cắt xong đem lên sân thượng phơi, trời mưa không lấy vô kịp, khoai bị lên mốc xanh. Thế nhưng chúng tôi vẫn nấu khoai mốc lên ăn, vì đâu còn sự lựa chọn nào khác? Hoặc là ăn hoặc là chết vì đói. Có lẽ ông trời cũng thương, ăn như vậy mà không ai bị gì hết.

Bỏ bán khoai, ngoài giờ dạy ở trường, chị Linh lại ra chợ đón những người cũng vì cơ cực mà đem quần áo cũ ra chợ bán. Chị mua của họ xong rồi chào bán lại cho những người nghèo khác, kiếm chút chênh lệch. Tất nhiên là chả được bao nhiêu tiền. Cộng với tiền chị Linh bán hàng rong trong lớp vẫn không đủ ăn.

Chắc nhiều người bây giờ không tưởng tượng được cảnh một cô giáo trẻ xinh đẹp đi dạy học lại xách theo cóc, ổi, bánh kẹo... đến giờ chơi thì bày ra bán cho học trò? Nhưng thời đó chị Linh đã phải làm như vậy. Tôi là người đi chợ mua cóc, ổi về cùng với Thu, Nga tỉa, ngâm sẵn cho chị Linh mang vào lớp bán. Lúc đó đã không còn cái gì gọi là tự ái hay sĩ diện của một người thầy cô. Chỉ có gánh nặng một bầy em đói khát, hai ông anh em lưng dài vai rộng nhưng không biết làm gì kiếm tiền, chị Linh đã phải hy sinh hết cả tôn nghiêm của chị. Mỗi ngày chị mang cơm bỏ trong lon guigoz lên trường ăn. Có khi cơm và thức ăn thiu hết chị vẫn ăn như thường.

Dù cả nhà khổ sở đến vậy, nhưng anh Khoa vẫn cứ tung tăng với bạn bè. Anh Minh thì đi suốt không thấy mặt mũi. Chỉ có chị Linh vất vả. May là đồng nghiệp trong trường và cả hiệu trưởng cũng hiểu hoàn cảnh nhà tôi nên họ không nói gì, cứ để cho chị "kinh doanh" trong lớp.

Năm 1976, chị Linh sinh bé Hoa, không có sữa cho bé bú. Chị Linh đi dạy, ở nhà tụi tôi nấu bột mì cho Hoa uống thay sữa. Lúc đó nhà nước không còn đủ gạo để bán, họ bán ra cho dân thay tiêu chuẩn gạo là một phần bobo và bột mì, loại lương thực được các nước xã hội chủ nghĩa như Liên Xô viện trợ để dân chúng "ăn độn." Nhà không có đường vì đường thời đó là nhu yếu phẩm, tôi phải bỏ vô nước bột mì ít muối cho dễ uống. Nhìn con bé uống bột mì pha muối mà tôi muốn khóc!

Đến mùa hè, để kiếm được nhiều tiền hơn, chị Linh đi "buôn lậu."

Từ 2-3g sáng, chị ra Xa cảng miền Tây đón xe về Mỹ Tho để mua thịt heo "tươi sống." Thời đó là ngăn sông cấm chợ, đem nông sản, lương thực từ các tỉnh về thành phố bán nếu bị công an bắt là sẽ đi tù. Chị vẫn liều mà đi! Về dưới Mỹ Tho, gặp đầu nậu thương lái, mua vài ký thịt heo sống, cởi áo ngoài ra, quấn thịt quanh người, cột chặt, xong mặc áo lại. Những người "buôn lậu" thịt ấy, có người mặc áo lá bên trong, tách biệt với miếng thịt. Có người khỏi, cứ quấn thịt vào người trần. Phải quấn, cột, ngụy trang sao cho khéo, tránh bị công an thị trường chặn xe "phát hiện" và bắt. Tôi không thể tưởng tượng được! Quấn thịt sống quanh người, trong cái nóng của vùng nhiệt đới, ngồi xe khách hầm hập đầy người suốt mấy tiếng đồng hồ trở lại Sài Gòn là đã tận 11-12g trưa.

Đến Sài Gòn thì tìm chỗ kín đáo mở miếng thịt ra, lúc này có khi đã bốc mùi ôi thiu, đem bán lại cho "mối." Mối sẽ bán lại cho người cần mua. Tuy thịt đã ôi như vậy, nhưng với tiêu chuẩn mỗi người làm cho nhà nước một tháng chỉ được nhà nước bán cho 1/2 ký thịt, thì miếng thịt lậu ấy đúng là mỹ vị thần tiên! Những ngày tháng đó, tôi chả nghe ai vì do ăn thịt lậu bị hỏng mà ngộ độc cả! Tất cả đều sống dai, sống khỏe, trong cái đói triền miên bất tận.

Bây giờ tôi kể những điều này, có khi những người đã ra đi trước 1975 họ không tin. Nhưng chị Linh tôi chính là một "con buôn" chính hiệu thời bao cấp. Ngoài thịt ra còn có gạo, đường, cá, mắm... cái gì cũng phải buôn lậu, cũng cột, nhét, cất giấu trong người, nhảy qua bao nhiêu chuyến xe, trốn tránh bao nhiêu trạm khám xét. Có người đang chạy trốn thì bị tai nạn, ngã, xe cán... thành tật nguyền hoặc bỏ mạng, chỉ vì vài ký thịt, vài con cá. Mọi người có tin nổi không? Sài Gòn, miền Nam, vùng đất trù phú mà quý vị từng rời bỏ đã có những ngày, có những người phải đi tù hoặc chết không toàn thây chỉ vì vài ký thịt, vài con cá?

Tôi là một trong những người ở lại. Tôi hiểu vì sao *"hòa hợp, hòa giải"* dân tộc giữa chúng tôi với chính quyền Cộng sản lại khó khăn như vậy!

May mà anh em tôi không ai đi *kinh tế mới* để rồi chết nơi rừng thiêng nước độc. Chị Linh vẫn sống sót qua bao nguy hiểm. Anh Minh đi vượt biên bị bắt nhưng cũng lành lặn trở về. Sự thù hận trong chúng tôi chưa đến mức tột cùng.

Nhưng còn những người khác không may thì sao? Những người chọn ra đi để thoát khỏi Cộng sản, nhưng đường đi của họ là thảm họa thì ai sẽ bù đắp cho họ, ai trả họ món nợ đau thương đó?

CHƯƠNG V

MỘT QUÊ HƯƠNG TAN RÃ

Sau khi những người Cộng sản thành công mang "Chủ nghĩa Xã Hội" của họ về Việt Nam, người Việt đã không ngừng ra đi, đau đớn từ bỏ cội rễ của mình. Nơi nào Cộng sản chính thức lên nắm quyền là nơi đó xảy ra nạn di dân. Chưa có bao giờ trong lịch sử từ những ngày đầu lập quốc, người Việt lại tha hương nhiều như sau năm 1945 cho tới nay.

Suốt trong thời kỳ *"Cải cách ruộng đất"* những năm 40-50 của thế kỷ trước, cho đến Hiệp định Geneve 1954 chia 2 miền Nam-Bắc, làn sóng người miền Bắc chạy vào Nam để tránh "họa Cộng sản" luôn diễn ra ngấm ngầm mà còn sôi sục. Thuộc hàng "thế gia" ở miền Bắc, nhà bên ngoại tôi dĩ nhiên không tránh khỏi trở thành nạn nhân của Việt Minh, sau này là Việt cộng. Tôi không gần gũi tiếp xúc nhiều với bên nội nên chỉ thấy ba tôi, một quân nhân VNCH, chuyên gia của CIA, phải ra đi, trốn chạy. Còn phía bên ngoại, bà ngoại kể với chị em tôi rất nhiều về những gì mà Cộng sản đã gây ra cho miền Bắc. Cả nhà ngoại bị đấu tố, em trai của bà bị giết. Đất đai của gia tộc bị tước đoạt, chia chác, để phục vụ cho khẩu hiệu của Việt minh lúc đó: "*Lấy của người giàu chia cho người nghèo.*"

Thoạt nghe khẩu hiệu này không có gì là xấu, có vẻ như nó phục vụ cho công bằng, vì mục đích bác ái. Nhưng thực chất có đúng như vậy không? Tại sao người giàu lại bị mặc định là "người xấu"? Tại sao tài sản là mồ hôi nước mắt cả đời họ và nhiều đời cha ông trước nữa đã khổ sở tạo dựng, lại bỗng chốc phải dâng không cho người khác? Tại sao người nghèo lại được mặc định là "người tốt"? Trong khi trong đó không thiếu những kẻ lười biếng, nát rượu, nghiện ngập, đầu trộm đuôi cướp?

Và nạn nhân của cuộc cướp bóc hợp pháp với quy mô lớn đó, họ là ai? Đơn cử như ông bà ngoại tôi. Ông ngoại tôi là Nguyễn Văn Kinh, với em trai của ông là Nguyễn Văn Phùng, là một bác sĩ rất giỏi, học trò của cụ là những người rất thành danh như bác sĩ Bạch Đình Minh, giáo sư Nguyễn Văn Canh... Ông xuất thân từ Y khoa Hà Nội năm 1926, đã cùng một số sinh viên trường Y, Sư Phạm, Thương Mại… lập ra đảng cách mạng chống Pháp lấy tên là Phục Việt. Ông ngoại tôi và cụ Phùng luôn bị mật thám Pháp theo dõi gắt gao nhưng họ vẫn kiên trì hoạt động. Khi chí sĩ Phan Bội Châu bị người Anh bắt ở Hồng-Kông rồi giao cho Pháp kết án tử hình năm 1925, đảng Phục Việt đã tổ chức một cuộc đại biểu tình đòi trả tự do cho cụ Phan ngay tức khắc. Từ ảnh hưởng mạnh mẽ của cuộc biểu tình, cộng với lúc này Đảng Xã Hội Pháp đang thành lập chính phủ, Toàn quyền Đông Dương

Varenne – một đảng viên Đảng Xã Hội – đã trấn an dân Việt bằng cách đồng ý cho cụ Phan về Huế an trí.

Đến nạn đói năm 1945, ông bà ngoại tôi nấu cháo phát chẩn cho cả làng khỏi chết đói. Ngày nào cũng nấu mấy nồi lớn để phát, trong khi trong làng cũng nhiều người giàu nhưng không ai làm việc này. Nhờ vậy, dân làng vô cùng kính trọng và biết ơn ông bà ngoại tôi. Thế nhưng khi cải cách ruộng đất xảy ra, nếu không nhờ dượng Tiến chồng dì Ngọc là Việt Minh lén báo cho bà ngoại tôi: *"Mẹ phải đi, ở lại sẽ bị giết chết,"* thì có lẽ không chỉ mình bà ngoại mà cả nhà bên ngoại tôi đã không còn một mạng.

Dì Ngọc kể, đêm trước khi bà ngoại đi, ban đêm dì phải lén gánh gạo từ nhà ngoại sang nhà dượng Tiến, vì để lại cũng sẽ bị cướp hết. Cũng nhờ số gạo đó mà sau này dì bán dần lấy tiền xoay sở để nuôi các em, không thì cũng sa vào đói rét. Từ một tiểu thư con nhà giàu, trở thành kẻ phải lén lút tẩu tán tài sản của gia đình mình. Từ một người giàu nhất nhì hàng huyện, bà ngoại tôi phải tay trắng trốn vào Nam. Hoàn cảnh đó giống như người Hoa đã lập nghiệp lâu đời ở Việt Nam, sau 1975 họ bị cướp tài sản và bị ép "hồi hương" (danh từ hoa mỹ của chiến dịch bài trừ người Hoa), ra khỏi Việt Nam bằng đường biển, khiến cho không biết bao nhiêu người phải chết. Cuộc cướp bóc đó thật vô tiền khoáng hậu. *(ghi chú thêm: Mỗi người Hoa kiều phải đóng vàng từ 7 đến 15 cây trên đầu người để nhà nước CSVN tổ chức tàu cho họ, điển hình như chiếc tàu sắt Huy Phong chở khoảng 3,400 người đưa sang Hong Kong, đường dây này gọi là vượt biên "bán chánh thức.")*

Tôi cũng không hiểu sao những người trí thức lại phải bị vùi xuống bùn vì danh hiệu "tiểu tư sản." Và những kẻ dốt nát lại trở thành giai cấp thống trị, có chức quyền, hãnh diện bởi vì mình là "bần cố nông," thất học? Tôi không phải là nhà nghiên cứu về chính trị xã hội. Nhưng là một con người chẳng may bị rơi vào trong cuộc vận hành xã hội quái gở đó, tôi thấy nó quá nghịch lý! Tôi chỉ cảm nhận một cách trực quan nhất: *Khi tài sản hợp pháp của anh bị tước đoạt, quyền tư hữu thiêng liêng của anh bị chà đạp, dù nhân danh cái gì, chủ nghĩa gì… đó vẫn là một hành vi ăn cướp.*

Một chính quyền tạo dựng nên bởi những kẻ cướp, phục vụ cho mục đích tước đoạt, thì đó là một nhà cầm quyền bạo tàn và đê tiện.

Để duy trì bạo quyền kẻ cướp, không cách gì khác, họ phải dìm những người có hiểu biết, có tài sản, có thế lực xuống tận đáy, để người ta không thể nào chống cự được.

Tôi nghĩ, những cuộc ra đi rời khỏi miền Bắc trước năm 1975 và những cuộc rời bỏ Việt Nam, lưu vong khắp thế giới của giới tướng lĩnh, người Việt trí thức, giàu có sau năm 1975 cũng đã góp phần làm cho chính quyền Cộng sản thuận lợi bám rễ tại Việt Nam. Tầng lớp tinh hoa, vốn dĩ có thể dẫn dắt những cuộc đảo chính, những cuộc cách mạng vào thời điểm Cộng sản còn non trẻ, họ đã ra đi cả rồi! Còn sót lại chỉ là những cộng đồng manh mún, yếu ớt, đơn bạc. Người miền Nam lại rất hiền lành, ít quan tâm đến chính trị. Cho nên cái mà Cộng sản gọi là "thống nhất" đã không hề vấp phải sự chống trả đáng kể nào từ dân miền Nam, kể từ khi chính quyền Việt Nam Cộng Hòa thất thủ.

Và những người còn kẹt ở lại đó, bị chính quyền mới dùng rất nhiều thủ đoạn nham hiểm để khống chế, mài mòn, khiến họ không còn một chút sức phản kháng!

Ngoài chủ trương kinh tế "bao cấp," kinh tế tập thể, đặc thù của xã hội chủ nghĩa, khiến cho toàn miền Nam đói đến móp mỏ, người dân nói chung suốt ngày đêm chỉ nghĩ cách đào ra miếng cơm để tới bữa có cái bỏ vào miệng ra, họ không thể nghĩ đến cái gì khác nữa, thì Cộng sản còn rất nhiều chính sách thâm độc khác để có thể nắm ngay lấy quyền cai trị miền Nam một cách vững chắc.

Đầu tiên là giới cựu binh của quân đội VNCH, cảnh sát, những người từng làm việc có liên quan đến an ninh quốc phòng… thuộc chế độ cũ. Chính quyền mới phát loa thông báo, đi đến từng tổ dân phố, từng nhà dân, kêu gọi những cựu binh tập trung đi "học tập cải tạo." Họ bị khám xét nhà để tránh bỏ trốn, yêu cầu chuẩn bị hành trang, đồ dùng cho tối đa là 1 tháng học tập, tại những khu vực tập trung do chính quyền quy định, nằm ngoài khu vực đô thành Sài Gòn. Những cựu binh này vẫn đinh ninh là đi tối đa 1 tháng. Cuối cùng, họ bị đưa đến những trại cải tạo ở tít mù những nơi thâm sơn cùng cốc. Lao dịch không khác tù khổ sai, mất liên lạc với gia đình. Có người đi vài năm, có người đi hơn 10 năm, có người chết ở trong trại, không bao giờ trở về. Có người trở về bỗng đâm ra ngu ngơ, điên loạn. Những "giai thoại" kể về trại cải tạo đã có rất nhiều hồi ký của những người trong cuộc viết ra. Tôi không nhắc lại ở đây nữa. Tôi chỉ thấy đó chính là một cú lừa trong những cú lừa lịch sử mà Cộng sản đã từng lừa đảo dân tộc này.

Cú lừa đó đã khiến cho miền Nam sạch bóng không còn cựu binh, và những người liên quan ở lại, chính quyền mới yên tâm không lo đến binh biến, bạo động.

Tiếp theo là thương nhân, những người có tiền không kịp rời khỏi miền Nam sẽ vướng vào chính sách *"đánh tư sản mại bản."* Tài sản của họ bị coi là bất chính, bị tịch thu dưới tên gọi *"Quốc Doanh"* nghĩa là "quốc hữu hóa." Giống như nhà tôi, bị lấy mất căn nhà là tài sản hợp pháp của gia đình, để nhà nước dùng làm trường học. Đỉnh cao thảm họa nhất là 3 lần đổi tiền diễn ra vào các năm 1975, 1978 và 1985 đã thành công, biến những nhà Đại tư bản ở miền Nam trước đây bỗng chốc trở thành tay trắng!

Trí thức bị xét lý lịch 3 đời. Con cái của những cựu binh VNCH không được học lên đại học, dù có học giỏi cũng sẽ bị đánh rớt. Còn những con em của gia đình cán bộ, có công với "cách mạng," thì được ưu tiên. Ví dụ hàng xóm tôi có nhà chị Tâm. Chị Tâm thi không đủ điểm vào trường Dược, nhưng vì có ba là cán bộ tập kết nên chị được nhận vào học dự bị. Dần dần sẽ tìm cách đưa vào chính quy. Trong khi có nhiều anh chị đậu đến thủ khoa các trường Đại học nhưng vẫn bị đánh rớt vì là con em của "ngụy quân ngụy quyền," có liên quan đến chế độ cũ. Lý lịch gia đình trong phạm vi 3 đời có người thân thuộc thành phần "nợ máu với nhân dân, tư sản, ngụy quân ngụy quyền…" thì người bị xét sẽ không được vào làm nhân viên nhà nước. Trong khi thời điểm đó, ngoài khu vực nhà nước ra, không có nền kinh tế nào còn tồn tại để những người trí thức đó có thể "lao động" kiếm sống bằng trí óc. Ngoài thất nghiệp, sống lê la vất va vất vưởng, những cựu sinh viên đại học, những người trẻ có học hành mà không được đi làm thì có thể chọn con đường đi Thanh niên Xung phong (TNXP). Thanh niên miền Nam 15-16 tuổi đã bắt đầu được vận động để đi TNXP. Chỉ tính trong khu phố tôi ở, đã có rất nhiều anh chị lớn hơn tôi vài tuổi rời khỏi gia đình.

Những thanh thiếu niên ngơ ngác này sẽ được đẩy về biên giới Tây Nam và các vùng kinh-tế-mới heo hút. Họ sống tập thể, lao động trồng rừng, đào kênh, mở đường… Mang tiếng là thanh niên hành động để xây dựng quê hương, rất cao cả! Nhưng thực chất chỉ là lao động không công cho nhà nước. Bên cạnh đó là nhà nước có lý do để gom họ lại, những thanh niên đang độ tuổi sung sức, tiện bề quản lý họ, cả về thể xác lẫn tinh thần.

Đến khi chiến tranh biên giới Tây Nam nổ ra, lực lượng TNXP bị quân đội sử dụng như "hậu cần," "công binh." Kết quả là có bao nhiêu TNXP, bao nhiêu con người trẻ trung ở lứa tuổi đôi mươi vĩnh viễn nằm lại biên giới, vĩnh viễn nằm lại những vùng núi non mông quạnh, và thực sự là con số mãi mãi bí ẩn. Không bao giờ chính quyền Việt cộng công bố sự thật cho người ta được biết.

Cựu binh bị dồn vào trại cải tạo. Thương nhân bị cướp sạch tiền. Thanh niên, trí thức bị đưa đi TNXP và đi kinh tế mới. Sài Gòn hình như chỉ còn lại người già và con nít. Nhưng Cộng sản đâu phải là những con người đơn giản! Con nít họ cũng không tha.

Trẻ nhỏ chúng tôi bị gom vào phong trào thiếu nhi khăn quàng đỏ. Suốt ngày đi cắm trại, ca hát ngợi ca "Bác Hồ" và "bộ đội cụ Hồ." Lúc đó anh Khoa đã có vợ, lại suốt ngày bạn bè. Anh Minh thì không bao giờ có mặt ở nhà. Chị Linh chạy qua lại giữa nhà tôi với nhà chồng, đi dạy, đi buôn bán, tất bật. Không ai có thời gian ngó ngàng đến tôi, Thu, Nga. Ba đứa chúng tôi cứ như cỏ dại nương tựa nhau mà sống. Tụi tôi còn nhỏ không biết gì, cứ thấy đi cắm trại là đi. Muốn ca hát thế nào cũng được! Suốt ngày 3 chị em lêu lổng ngoài đường đến 9-10g tối. Chơi đủ thứ với bạn bè trong xóm, trong trường, từ nhảy dây cho đến tạt lon, năm-mười. Hồi đó tôi nhớ toàn đi chân không, không mang dép, quần áo rách rưới. Thỉnh thoảng anh Khoa hay chị Linh tạt về nhà, thấy vậy lại lôi 3 đứa ra đánh. Đánh thì đánh, xong thì các anh chị ấy cũng phải đi lo toan cho cuộc sống và niềm vui riêng của mình, tụi tôi sống tiếp cuộc đời "hoang dã."

Kết quả là năm lớp 8, tôi bị ở lại lớp!

May là lúc đó ba má tôi đã đi Mỹ. Nếu còn ở nhà, chắc ông bà sẽ giết tôi mất! Làm sao chịu nổi con của hiệu trưởng mà ở lại lớp kia chứ?

Trái lại Nga học vẫn rất giỏi. Em thi vào lớp 6 trường Trung học Nguyễn Gia Thiều đứng thứ 4 trên mấy trăm học sinh thi vào trường. Mỗi nói, Nga luôn là niềm hãnh diện của ba má tôi. Ngoài học giỏi, khi bắt đầu trổ mã lớn lên Nga rất xinh, vóc dáng mảnh mai, dễ thương cực kỳ! Lúc nào cũng có rất nhiều người theo đuổi Nga. Thậm chí có một người đàn ông trong xóm hơn 30 tuổi, đã có vợ nhưng ngày nào cũng quanh quẩn theo đuôi chị em tôi để chọc ghẹo Nga. Sau này khi ba má tôi nối lại được liên lạc, bắt đầu gửi đồ từ Mỹ về, thì chị Linh bán lấy tiền, sắm sửa cho mấy chị em vài bộ quần áo mới. Lúc đó có loại vải khá đẹp gọi là "tơ nội hóa." Chị Linh may cho Nga một bộ đồ tơ màu vàng hoa cúc. Nga mặc vô đẹp đến nỗi một chị trong xóm nhìn thấy, hỏi mua ở đâu, may ở đâu? Chị ấy may một lúc mấy chục bộ!

Như tôi đã nói, có lẽ Sài Gòn lúc đó vẫn "hiền" hơn bây giờ. Cho nên, tuy lêu lổng không ai ngó chừng chăm sóc nhưng tụi tôi vẫn bình thản lớn lên. Ngoài đói khổ, bị coi thường ra, chúng tôi cũng không gặp phải tai nạn gì nghiêm trọng. Có lần đi cắm trại ở Thủ Đức với đoàn thiếu nhi khăn quàng đỏ. Chúng tôi cắm trại trong khu vực doanh trại của bộ đội. Có một người bộ đội đề nghị cho nhóm tụi tôi mượn nồi nấu ăn, còn cho một hộp sữa. Anh ta hỏi 3 chị em tôi:

- Sao lớn rồi còn đi khăn quàng đỏ?

Tụi tôi không biết trả lời thế nào.

Tối đến, anh ta rủ ba chị em lên xe bộ đội chơi. Trực giác tôi cảm thấy có chuyện không hay nên quyết liệt từ chối. Cả đêm 3 chị em bám riết lấy đội thiếu nhi của mình và anh đội trưởng, tôi nhớ anh đội trưởng tên là Nhựt.

*

Năm 1976 dì Ngọc vào Nam, có ghé thăm mấy anh em tôi.

Đó là "người ngoài Bắc vào" đầu tiên trong gia đình chúng tôi sau năm 75. Sự xuất hiện của dì càng làm hằn sâu hơn nhận thức của chúng tôi về sự cách biệt văn hóa, về cách sống của con người giữa hai miền Nam-Bắc, mà dù cho có huyết thống gia đình ràng buộc, dù có một cuộc chiến đòi "thống nhất" vĩ đại cũng không dễ gì khỏa lấp.

Ấn tượng của tôi về dì Ngọc là dì trông rất khắc khổ, quê mùa, đậm chất Bắc rất khó diễn tả. Với tôi người miền Nam thường nhẹ nhàng, vui vẻ, còn người Bắc không giống như vậy. Dù anh em tôi lúc đó vô cùng đói rách nhưng có vẻ dì cũng không khá khẩm hơn chúng tôi là bao! Lúc dì Ngọc vào chơi thì dì Thảo và bà ngoại đã không còn ở với chúng tôi. Với dì cái gì cũng mới, cũng lạ, trong khi nhà tôi đang vô cùng thê thảm. Thấy cái gì dì cũng tò mò, món gì hay ho là muốn xin đem về ngoài Bắc. Tôi nhớ trong nhà có mấy hũ đựng tăm hình con voi bé bé xinh xinh rất phổ biến ở miền Nam hồi đó, dì Ngọc cũng xin luôn!

Đó cũng là lần đầu tiên anh em tôi gặp mặt dì từ lúc sinh ra tới giờ. Vì ba má tôi đã vô Nam từ năm 1954, một đợt với bà ngoại, dì Thảo, cậu Tâm. Dì Ngọc vướng chồng con nên vẫn phải ở lại. Dượng Tiến chồng dì Ngọc ở quê là người theo Việt minh. Năm 2014 chúng tôi về Việt Nam có ra Bắc viếng mộ thắp hương cho ông bà ngoại. Lúc này dì Ngọc đã hốt cốt bà ngoại đem về

Bắc chôn cạnh ông ngoại. Gặp dượng Tiến, dượng hay kể lại "kỷ niệm" hồi trẻ dượng dắt ba tôi băng đồng đi trốn Việt minh, khi ba tôi lén từ Hà Nội về quê thăm má tôi lúc hai người còn chưa cưới.

Ban đầu tôi nghĩ vì hai bên không gần gũi từ nhỏ, lại thêm tâm lý cho rằng vì những người ngoài Bắc (đều là Việt cộng) nên ba má anh em tôi mới phải chia lìa, chúng tôi chỉ tiếp đón dì Ngọc cho có lệ. Tình cảm giữa anh em tôi và dì Ngọc rất lợt lạt. Khi bà ngoại nói đây là dì, em ruột của mẹ, tụi tôi không có cảm xúc gì đặc biệt, thậm chí thấy xa lạ. Tôi không dám kể dì Thảo nghe, sợ người nhà ngoại biết sẽ buồn. Dù gì chúng tôi cũng là người thân ruột thịt. Nhưng dì Thảo đã kể trước. Dì nói dù là chị em ruột, nhưng nhiều năm gặp lại cái gì cũng khác nhau, suy nghĩ cách sống hoàn toàn khác. Dì thấy dửng dưng không thân thiết với dì Ngọc. Điều đó làm tôi thấy bớt áy náy được một chút! Vì ít ra không chỉ có mình tôi là không cảm nhận được tình cảm với người thân của mình.

Tuy nhiên, thái độ thấy gì cũng tò mò, thích gì cũng xin của dì Ngọc làm cho những câu chuyện tiếu lâm châm chọc mà người miền Nam thời đó truyền tai nhau càng thêm sống động trong mắt chúng tôi. Ví dụ họ chế giễu người Bắc mới vào nhìn thấy cái phin pha cafe thì kêu lên: *A, cái nồi ngồi trên cái cốc!* Rồi những bài hát được chế lời: *Như có Bác Hồ vô nhà thương Chợ Quán, vừa bước ra bị xe cán u đầu…* Hay câu vè về chuyện chính quyền mới đổi tên đường, đến nay vẫn còn truyền tụng: *Nam Kỳ Khởi Nghĩa tiêu Công Lý, Đồng Khởi vùng lên mất Tự Do, …*

Nói chung người Nam ghét Việt cộng, ghét người Bắc (thường bị cho là thân Cộng) nhưng không thể nói ra công khai, đành phải nói trại ra thành chuyện cười cho bõ tức!

Mặc dù bây giờ nghĩ lại, người Nam hay người Bắc, những người nghèo, những người bị Cộng sản lợi dụng và đàn áp, số phận cả hai bên đâu khác gì nhau?

Dì Ngọc cũng xuất thân từ cành vàng lá ngọc như má tôi, nhưng từ nhỏ dì xốc vác hơn má. Má tôi là kiểu tiểu thư điệu đà, chăm chỉ học hành, được cha mẹ nâng niu, nên cá tính khá lạnh lùng, xa cách. Dì Ngọc bình dân, thích xông xáo ra vườn ra ruộng. Đến khi ông bà ngoại bị đấu tố thì dì chính thức bước vào cảnh nghèo. Và đâu phải người nghèo nào cũng có thể ăn hôi được từ chính sách cướp bóc của chính quyền Cộng sản? Dì lấy dượng Tiến người cùng làng. Hai người có con trai lớn vào bộ đội, đi B và hy sinh. Gia đình ly tán bởi ông ngoại mất thì bà ngoại và các em của dì đã phải chạy vào Nam. Khi gặp lại, tình cảm với người thân đã hoàn toàn vỡ vụn.

Cũng may là sau này, khi anh em chúng tôi đã trót lọt đi hết qua Mỹ, dần dần tạo dựng được cuộc sống ổn định thì dì cũng vậy. Ngoài người con trai tiếp theo là anh Dũng làm thầy giáo, một người rất vui vẻ và lễ phép, năm 1977 có ghé thăm nhà tôi, dì còn một người con trai nữa, bây giờ đã lên tới một vị trí khá cao trong chính quyền Cộng sản.

*

Cuộc sống bị dìm nén đến nghẹt thở đối với mọi thành phần dĩ nhiên khiến cho người ta không chịu nổi. Dân chúng không dám phản kháng nhưng bầu không khí vừa ảm đạm vừa thần bí, đâu đâu cũng có vẻ như đang lén lút chuẩn bị cho những chuyến đi, mọi thứ âm thầm diễn ra trong bóng tối. Cứ dăm ba hôm lại thấy vắng đi một gia đình hàng xóm, một vài bạn bè thân thuộc. Họ trốn đi im lìm, lặng lẽ. Làn sóng ra đi ngày càng dữ dội hơn khi những lá thư, những hình ảnh từ Mỹ, từ Pháp,… do những người đã ra đi trót lọt gửi về, làm cho người ta càng khát khao thoát khỏi một Sài Gòn đang ngăn sông cấm chợ, đang mua đồ ăn theo tem phiếu, đang phải buôn lậu từng ký thịt cân đường, đang phải chịu cảnh cúp điện 1 tuần 3-4 ngày vì thiếu năng lượng, bị nước ngoài cấm vận…

Trong thành phố đã từng rất văn minh, rất rực rỡ, rất hoa lệ đó, không còn sách báo ngoại ngữ hay Việt ngữ của chế độ Cộng Hòa xuất bản. Không có âm nhạc của Khánh Ly, Lệ Thu, đã từng thịnh hành khắp miền Nam. Không được khiêu vũ. Không có phim ảnh gì để xem ngoài thỉnh thoảng có phim Liên Xô... Khách đến nhà bắt buộc phải ra phường trình báo. Có thể phải đi tù nếu lỡ miệng thốt ra một câu bất mãn chế độ và bị người nghe tố cáo… Không được đi học, đi làm, vì lý lịch gia đình, dù bản thân có giỏi đến đâu chăng nữa!... Ai lại muốn sống trong một thành phố như vậy?

Bắt đầu từ trường học. Nếu thấy có thầy cô hay học sinh nào vắng mặt chừng một tuần là có thể biết được người đó đã đi vượt biên. Người ta dùng mọi cách để lén lút đi đến những vùng duyên hải như Đà Nẵng, Nha Trang, Vũng Tàu, Bến Tre, Rạch Giá… để có thể xuống tàu vượt biển. Nhà có tiền góp tiền đi tàu lớn, nhà ít tiền thì đi tàu nhỏ. Ví dụ như nhóm của ba chồng tôi, họ dắt Huy đi vượt biên trên con tàu rách dài… 2 mét!

Cả Sài Gòn lúc đó cứ thậm thụt, không ai dám tin ai, vì cứ sợ không biết người kia có ra công an tố giác mình trốn đi vượt biên hay không?!

Về sau tôi có đọc các tài liệu có liên quan đến phong trào vượt biên, *"thuyền nhân Việt Nam"* … thấy người ta thống kê có hơn 1 triệu người đã ra đi sau năm 1975 bằng đường biển. Chưa kể ra đi chính thức hay bán chính thức bằng các phương cách khác. Ví dụ như ba má và 6 anh em của tôi đã lên máy bay từ Tòa Đại Sứ Mỹ ngay trước khi chiến tranh chính thức khép lại.

Cao điểm vào thời kỳ năm 1978–1979, xảy ra chiến tranh biên giới Tây Nam (đánh Pol-pot), chiến tranh biên giới Việt-Trung, khiến cho cả người Việt lẫn người Việt gốc Hoa ra đi ồ ạt. Nhiều tài liệu cho rằng tổng cộng số người đã rời khỏi Việt Nam từ năm 1975 cho đến giữa những năm 80 là khoảng 2,5 triệu người. Trước đó, năm 1954 cũng có hơn 800 ngàn người Bắc bỏ nơi chôn nhau cắt rốn chạy vào Nam. Những cuộc di dân của người Việt kể từ khi Cộng sản xuất hiện là khủng hoảng nhất trong lịch sử kể từ khi lập quốc.

Người ta chọn lén lút ra đi bằng đường biển nên nạn cướp biển diễn ra trên khắp các vùng biển mà người Việt tỏa ra. Không được pháp luật quốc gia bảo vệ, cũng không có khả năng hay vũ khí để tự bảo vệ mình, lại mang theo tất cả tài sản với hy vọng bắt đầu cuộc sống mới ở nước ngoài, họ mặc nhiên trở thành món mồi ngon yếu ớt cho bọn cướp biển mặc sức trấn lột và hành hạ mà không sợ bất kỳ sự chế tài, trừng trị nào từ quốc gia họ hay cao ủy Liên Hiệp Quốc. Cướp biển không ở đâu xa, có khi là chính những người trong quân đội Cộng sản, biết tin có chuyến tàu vượt biên nên đón ngay từ lúc họ vừa xuống tàu chưa bao lâu là cướp. Nếu thoát được nhóm này, thì thuyền nhân sẽ tiếp tục phải đối mặt với cướp biển từ Indonesia, Malaysia… Kinh khủng nhất chính là cướp biển Thái Lan.

Có rất nhiều câu chuyện thương tâm về những người Việt Nam bị cướp, bị hiếp, bị giết, mà ngày nay đã không còn ai muốn nhớ lại. Có những chuyến tàu bị cướp, hiếp đến hàng chục lần trước khi họ được cứu vớt. Và số người chết lên đến hàng trăm ngàn. Chết vì bị giết, bị đói… khi lang thang trên biển. Dù còn nhỏ, nhưng chúng tôi cũng nghe không ít bi kịch của người đi vượt biên. Khắc sâu vào ký ức của tôi là chuyện hai chị em chị Tâm, chị Thu, bạn gái cũ của anh Minh.

Tôi còn nhớ đó là 2 cô gái rất xinh đẹp tuổi chỉ chừng 18-20. Chị Tâm đi vượt biên nhưng chưa được mấy ngày thì đắm tàu bởi vì tàu nhồi nhét quá đông, xác chị trôi dạt vào tận biển Vũng Tàu. Hay khi học ở UTA, tôi chơi với anh Quỳnh. Anh kể, anh đã đi trên một chuyến tàu kinh khủng mà khi đó, những người trong một gia đình vì đói quá, lênh đênh trôi dạt trên biển lâu quá, họ đã phải ăn thịt của người đã chết! Rồi gia đình bác Vận, bạn thân của ba má tôi, đưa cả gia đình đi vượt biên khoảng năm tám mươi mấy. Trên đường gặp cướp biển. Bác ngồi lên đầu một đứa con gái, che kín chị này đi nên bọn cướp không nhìn thấy, chúng bắt đi mất một cô con gái còn lại, đến nay vẫn chưa hề tìm ra tung tích.

Vì số người ra đi quá nhiều, và bất trắc mà họ gặp phải cũng quá nhiều, khiến cho cộng đồng quốc tế không thể làm ngơ được. Cao Ủy Tị Nạn Liên Hiệp Quốc (UNHCR) đã mở ra rất nhiều trại tị nạn ở các vùng đảo của Indonesia, Malaysia, Philippines, Hongkong, Thái Lan… để giúp đỡ thuyền nhân mắc nạn, cho họ nơi ăn chốn ở tạm thời, tìm giải pháp đưa họ đến định cư ở nước thứ 3. Đến tận năm 2001 Cao Ủy Tị Nạn LHQ mới có thể đóng cửa trại tị nạn cuối cùng ở Malaysia, chấm dứt hơn 20 năm tổ chức này hợp tác với các nước Đông Nam Á dành sự hỗ trợ cho "thuyền nhân Việt Nam."

Với nhà tôi, chị Linh cũng cố gom góp tiền vàng, mượn đầu này đầu nọ cho anh Minh đi vượt biên. Vì mấy anh chị tôi sốt ruột! Dù lúc đó đã có thể liên lạc được với ba má tôi, họ kêu anh chị chờ bảo lãnh đừng đi vượt biên, nhưng chị Linh không nghe. Chị đã quá bức bối với cuộc sống này, chị muốn cho anh Minh đi trước, nếu ổn thì cả mấy anh em sẽ đi tiếp.

Hồi đó có hình thức đi vượt biên *"bán chính thức."* Nghĩa là thay vì dân chúng tự tổ chức đi chui, đi bất hợp pháp, nếu bị bắt lại thì sẽ vô tù; chính quyền lại móc nối với vài đầu mối kín đáo trong dân, đầu mối đứng ra thay chính quyền thu gom tiền vàng "lộ phí," cho di dân xuống tàu ra biển. Đi như thế này, theo lời đầu mối nói, chính quyền sẽ làm ngơ cho đi, không bị bắt. Theo lời đồn đại thì có rất nhiều người đi trót lọt theo kiểu này.

Lần đầu tìm cách đi chui, bị mấy người con của gia đình bác Hán, bạn của ba má tôi, chuyên tổ chức vượt biên lừa lấy mấy cây vàng, nói là sẽ đưa anh Minh đi, nhưng cuối cùng họ lén đi trước, bỏ anh lại. Chị Linh rất suy sụp vì đã nghèo, mượn nợ để đi mà còn bị như vậy. Nhưng chị vẫn "bày keo khác," tiếp tục vay mượn đóng tiền cho anh Minh đi "bán chính thức," vì quan trọng hơn hết vẫn là an toàn của anh.

Sau mấy tuần âm thầm hồi hộp và chờ đợi thì anh Minh đột nhiên trở về. Anh kể chưa kịp xuống tàu, mới tới điểm tập trung ở nhà dân ven biển Rạch Giá thôi thì bị lộ. Trong lúc Công an lùng bắt, anh trèo ra ngoài chạy trốn thì gặp một chị đi chung đoàn. Chị ấy sợ là phụ nữ chạy không kịp, bị Công an bắt sẽ bị lấy hết vàng mang theo trong người nên đành gửi anh Minh mấy cây vàng mang đi giấu dùm. Anh Minh trèo lên mái ngói một căn nhà gần đó giấu xong thì anh cũng bị bắt. Công an đánh cho một trận, tra khảo, nói ai nộp vàng sẽ được thả cho trở về nhà. Ai không có tiền, vàng để nộp thì đi tù! Anh Minh sợ đi tù, đành khai là có vàng, nhưng phải hỏi chị kia đã! Công an cho 2 người tiếp xúc với nhau. Chị kia đồng ý. Thế là họ giải anh Minh đi leo lên mái nhà lấy vàng đã giấu. Xong thì giữ 2 người khoảng vài tuần để tránh sự chú ý của người khác rồi thả cho về.

Ngày anh trở về Sài Gòn nguyên vẹn, ngoài chuyện tiếc của, mấy anh em tôi đều mừng khôn xiết vì ít ra anh không bị tù, không bỏ xác trên biển.

Nhiều người sẽ nghĩ tại sao đi “bán chính thức” rồi mà còn “bị lộ”? Nếu thắc mắc như vậy thì xem như họ chả hiểu gì về chính quyền Cộng sản. Dối trá chính là đặc điểm của Cộng sản. Tay này đánh, tay kia xoa, là sở trường của họ. Ngoài sáng ủng hộ, trong tối triệt hạ, là chiêu bài phổ biến của họ. Chính quyền cũng 3 phe 7 hội. Phe này thu tiền cho đi, hội kia chặn đường trấn lột là chuyện bình thường. Dân chúng như cá nằm trên thớt, chính quyền cứ thay phiên nhau đến xà xẻo, đến chán mới thôi!

*

Sau này lớn lên, có điều kiện đọc được nhiều sách báo tài liệu của “bên thắng cuộc” và “bên thua cuộc,” đọc thêm cả từ phía ngoại quốc, tôi nhận ra một điều là người miền Nam ngày ấy quá ngây thơ! Họ cứ nghĩ Việt cộng cũng là người Việt Nam, dù gì cũng không đến nỗi nào… Thêm một số thành phần lười biếng, hèn nhát trốn quân dịch, không muốn đi lính, nên cuối cùng chế độ Cộng Hòa bị thảm bại là điều không thể tránh khỏi.

Đến giờ này tôi vẫn không khỏi ngán ngẩm cho một thế hệ cha anh đã không hiểu Việt cộng đủ ngọn ngành, nhất là thời đó đám sinh viên học sinh phản chiến và một số chùa chiền, nhà thờ công giáo lại dung dưỡng cho những vị tu sĩ, hòa thượng, cha cố, không ngừng đánh phá xuyên tạc chế độ Việt Nam Cộng Hòa. Đặc biệt là thời Đệ nhất Cộng Hòa. Trong khi đó thì người dân thờ ơ với thời cuộc. Đó chính là lý do tại sao chúng ta ngày hôm nay một số người phải lưu vong, như gia đình tôi, còn một số người chống đối chính quyền hiện tại thì vào tù và xin tị nạn. Còn lại 80% dân số Việt Nam bây giờ chỉ lo kiếm sống, không màng đến chính trị. Vì dính tới chính trị thì chuyện tù đày, tán gia bại sản, thậm chí mất mạng, là cầm chắc trong tay. Nên phần lớn người dân chọn cách sống cho "qua ngày đoạn tháng."

Hơn 40 năm đã trôi qua, ý chí muốn vùng lên, nếu có thì cũng đã cùn mòn, thui chột. Mọi người đang sống ở thời kỳ mặc dù rất khổ sở, bị cấm đoán quyền tự do ngôn luận nhưng họ cảm thấy đã quen với sự cai trị hà khắc đó, nên không ai nghĩ đến phản kháng. Và một phần do bị cô lập với thế giới bên ngoài một thời gian quá dài, nên chuyện gì cũng cần phải có thời gian để điều chỉnh. Chỉ có điều tôi thấy bây giờ xã hội Việt Nam quá nhiều người thờ ơ, người người nhà nhà sống không cần biết ngày mai. Tư tưởng của đại đa số dân chúng còn rất hạn hẹp. Chỉ có một số ít người cấp tiến, và số đó hầu như cũng giữ lấy bất mãn nén xuống đáy lòng, lâu lâu gióng lên một tiếng nói nhỏ nhoi, rồi cũng rơi vào hư không.

Tôi cùng Huy trở về Việt Nam 3 lần vào các năm 1997, 2000 và 2014.

Tôi không còn gia đình ở Việt Nam, chỉ có một lần năm 2014 khi đi du lịch ngoài Bắc có ghé thăm dì Ngọc, thắp nhang cho ông bà ngoại, còn lại là cùng Huy về Bến Tre thăm gia đình mẹ ruột của Huy.

Lần đầu về thăm họ vào năm 1997 tôi đã bị shock, tê lặng khi nhìn thấy cả nhà vẫn sống trong một căn nhà tồi tàn, cuộc sống rất cực khổ. Tôi thậm chí giận Huy, cho là anh có tiền nhưng không ngó ngàng đến gia đình. Chuyến đó có bao nhiêu tiền tôi để lại cho họ hết, hình như khoảng 4,000-5,000 USD, quần áo, đồ đạc cũng để lại hết, kể cả máy quay phim, chụp hình, vốn rất hiếm ở Việt Nam thời đó. Trở lại Mỹ, tôi rút tiền vay trong credit card gửi 10,000 USD về Việt Nam, muốn giúp họ xây lại nhà. Nhưng cuối cùng nghe nói họ không xây nhà mà mua xe cào đất để làm ăn. Mỗi năm lễ Tết, tôi đều gửi tiền gửi quà, mỗi lần 2-3,000 USD. Những người anh em họ hàng của Huy thường gọi sang Mỹ để mượn tiền tôi. Nói là mượn, nhưng không bao giờ trả. Về sau tôi bắt đầu thấy khó chịu, tôi nói ok, mượn nhưng phải ghi giấy nợ, khi nào tôi về Việt Nam thì trả cho tôi, họ bèn thôi không gọi nữa.

Ở đời khi mình tốt với người ta mãi thì không sao, họ sẽ mặc định rằng mình có trách nhiệm phải tốt. Đến khi mình không tốt nữa thì có vẻ mọi thứ sẽ chấm dứt. Về sau, khi tôi không còn gửi tiền gửi quà về thường xuyên nữa, mối liên lạc giữa gia đình Huy và chúng tôi bên Mỹ hầu như cũng dần dần nhạt nhẽo.

Tôi nghe nói bây giờ cả nhà chỉ có một người anh là khá giả. Còn lại những người khác nghèo xơ xác. Đáng nói là có cô em út còn sa vào cờ bạc, số đề, nợ nần lút cổ, phải bán hết tài sản đất đai của tổ tiên để lại. Vì nghèo và nợ nên mấy anh em tranh giành nhau nhà cửa mà mẹ Huy đang có, nói chung là rất loạn! Huy cảm kích tôi đã lo lắng cho gia đình anh, nhưng anh cũng không mặn mà gì với họ. Vì anh đã rời khỏi Việt Nam đã quá lâu, chỉ còn giữ được tình cảm, ký ức của tuổi thơ.

Dù sao, tôi vẫn không ngại giúp đỡ những người thân cận. Nhưng tôi có cảm giác người Việt Nam mình ở quê có tâm lý trông đợi sự giúp đỡ từ người Việt hải ngoại. Tôi và Huy đều thấy nản lòng vì họ không có chí vươn lên, suốt ngày đắm chìm trong nhậu nhẹt, ca hát. Họ không nhận thấy khả năng của chúng tôi có giới hạn, chúng tôi cũng phải làm việc, nỗ lực rất nhiều để có thể dư dả. Và lý do tại sao chúng tôi phải giúp họ? Trong khi họ không thể tự lực cánh sinh mà lại còn ăn chơi, hưởng thụ?

Về phần cán bộ Cộng sản, con cái họ đã đưa ra nước ngoài và cũng chuyển hết tiền của ra nước ngoài để tẩu tán. Người dân thấp cổ bé miệng thì mãi giãy giụa ở tận cùng xã hội. Cũng có một số người rất giàu nổi lên. Nhưng phần trăm thực sự giỏi và tạo ra sản phẩm trí tuệ có lẽ không đếm được trên đầu ngón tay! Còn lại là những người giàu lên bằng cách gian lận, trốn thuế, cướp đất của người dân, thông đồng với cán bộ chính quyền chia chác với nhau. Khoảng cách chênh lệch giàu nghèo trong xã hội rất lớn, từ đó dẫn đến bất công đầy rẫy.

Ví dụ như gia đình ông Hoàng Văn Minh, người ban đầu là bạn bè của các anh tôi, sau đó được chính quyền lấy nhà của chúng tôi để cấp cho vợ chồng ông ta. Sau này, cả 2 vợ chồng đều trở thành người rất có địa vị trong xã hội mới. Đến mới đây, con gái lớn của ông bà lợi dụng vị trí là nhà báo, dựa vào thế lực gia đình, lừa đảo người ta một số tiền rất lớn, giờ phải ở tù. Còn lại 2 đứa con đều đã đi du học, lấy vợ lấy chồng ở Mỹ để có quốc tịch và lại bảo lãnh bà Minh qua đoàn tụ (ông Hoàng Văn Minh đã qua đời). Tôi nghe nói bà Minh đã khai gian thông tin, nói mình không phải là Đảng viên để có thể nhập tịch. Hành xử của bà ấy cũng như nhiều Đảng viên gộc khác đã định cư được ở Mỹ, cho thấy thái độ giả trá của những người Cộng sản. Và còn thể hiện sự bất an, sợ hãi của chính họ với các "đồng chí" của mình. Khi mà sự đấu đá, tranh giành ngày càng nguy hiểm, khiến cho họ phải tìm mọi cách để tháo chạy. Tôi tự hỏi: *lý tưởng Cộng sản của họ ngày xưa đâu cả rồi? Hay thực sự, họ chả có lý tưởng gì cả! Chỉ là một cuộc cướp bóc được nhân danh lý tưởng*.

Đáng thất vọng hơn nữa là giới trẻ, những người được xã hội phó thác cho tương lai có thể đẩy lùi những bất công, những vấn nạn trì đọng của xã hội cũ, thì lại hoàn toàn không có óc cầu tiến, chỉ biết sống hưởng thụ. Giới trẻ Việt Nam không có sự cố gắng tìm tòi học hỏi, cũng như trường lớp không dạy cho họ sự sáng tạo mà chỉ học như những con vẹt. Vì không có cơ hội tiếp xúc nhiều với thế giới bên ngoài nên họ cảm thấy như vậy là mãn nguyện rồi! Chỉ cần có cơm ăn ngày hai bữa, có ít tiền đi chơi như vậy là đủ rồi. Óc sáng tạo và trí tưởng tượng của họ hoàn toàn bị tê liệt và thui chột.

Những người ở hải ngoại như tôi thì không cảm thấy có bất kỳ sợi dây mật thiết nào có thể cột chúng tôi vào tổ quốc. Không những vậy, rất nhiều người trong nước hiện nay đang tìm cách bỏ ra nước ngoài bằng nhiều hình thức như đầu tư, đưa người ra nước ngoài lao động, làm hôn nhân giả, cho đến du học sinh… phần lớn đều không muốn trở về Việt Nam. Vì khi rời khỏi đất nước nghẹt thở đó, sự tự do để bày tỏ tư tưởng cũng như chính kiến đã làm họ cảm thấy quá khác với trong nước.

Chính quyền Cộng sản luôn tuyên truyền về một Việt Nam ngày nay rất ổn định, và phát triển, rất hạnh phúc và đáng sống. Nhưng nếu phát triển như thế, đáng sống như thế mà hàng ngày, hàng giờ, người dân mọi thành phần vẫn lũ lượt tìm mọi cách ra đi? Tại sao?!

Câu chuyện thương tâm về 39 di dân người Việt dùng hộ chiếu giả của Trung Quốc chết ngạt trong một container nhập cảnh lậu vào vương quốc Anh vào tháng 10.2019, một lần nữa đã làm cho cả Việt Nam rúng động. Cuộc ra đi của người Việt vẫn chưa bao giờ chấm dứt. Không lý do này thì lý do khác, không cách này thì cách khác, họ vẫn phải tìm kiếm cơ hội sống tốt hơn ở một nơi khác, bên ngoài quê hương xứ sở. Đến nỗi người Anh có một thuật ngữ dùng để gọi những di dân trái phép từ Việt Nam sang Anh trồng cần sa, làm nhiều việc tệ hại khác là: *Người Rơm*.

Sau 1975, người Việt bị gọi là Thuyền Nhân, 45 năm sau, họ vẫn ra đi, để bị gọi là *Người Rơm*. Lời nguyền gì cho Việt Nam chúng ta?

Riêng những đứa trẻ thế hệ sau này như con tôi, lại càng thấy chúng không có sự liên hệ nào với Việt Nam. Vì bọn trẻ ấy sinh ra lớn lên ở Mỹ nên cách suy nghĩ vô cùng khác với người Việt, và nhất là đối với chúng, cội nguồn không còn quan trọng nữa! Chúng sẽ trở thành dân bản xứ, dân Mỹ trong một tương lai gần. Lúc đó, *"khúc ruột ngàn dặm"* của tổ quốc chắc chắn sẽ bị đứt lìa. (Cũng nên biết thêm, câu "khúc ruột ngàn dặm – hay nối dài" được nhà nước CSVN dùng trong chiến dịch đánh động lòng thương nhớ quê hương của người

Việt hải ngoại, khi họ quyết định mở cửa Việt Nam năm 1989, gọi mời kiều bào Việt trở về thăm quê nhà và sẽ được đón tiếp nồng nhiệt! Việt Nam mở cửa vì bấy giờ lâm vào tình trạng kiệt quệ kinh tế.)

Đó chính là lý do thôi thúc tôi viết cuốn hồi ký này. Để sau này, các thế hệ tiếp nối muốn tìm hiểu về lý do tại sao lại có những cuộc di dân lớn như vậy xảy ra vào thế kỷ 20, đã làm cho bao nhiêu gia đình tan nát… Họ có thể đọc và suy ngẫm…

Gia đình tôi, chỉ là một câu chuyện nhỏ trong muôn ngàn câu chuyện tang thương đã từng xảy ra vào thời đó.

CHƯƠNG VI

HY VỌNG

Khoảng cuối năm 1976 – đầu năm 1977, có chú Thiều em của bác Minh bạn thân của ba má tôi, ghé thăm tụi tôi.

Chú bàng hoàng kêu lên:

- Trời ơi sao tụi bây ra nông nỗi này?

Lúc đó mấy anh em tụi tôi đã bị đói khổ hành cho ra bã! Đứa nào cũng ốm yếu dặt dẹo không ra hình người.

Anh em bác Minh, chú Thiều coi sóc một tu viện dòng Nazareth trên Thủ Đức. Bác Minh trước đây học chung trường dòng và rất thân với ba tôi. Bác có rất nhiều bạn bè bên Pháp. Mỹ lúc đó đang cấm vận Việt Nam nên bác Minh viết thư cho những người bạn bên Pháp, nhờ họ liên lạc với ba má tôi. Bác nhắn: *Anh chị phải tìm cách gửi tiền về cứu tụi nhỏ chứ em thấy tụi nó sắp chết đói tới nơi rồi!*

Sau này đến Mỹ rồi, tôi mới nghe chị Trâm và anh Tùng kể lại. Lúc nhận được tin nhắn, ba má tôi càng căng thẳng, suy sụp. Vì lúc đó họ cũng không có tiền. Lại hoang mang về chúng tôi ở Việt Nam. Ba má tiếp tục cãi cọ, đổ lỗi cho nhau vì đã để chúng tôi lại. Phong cũng từng chứng kiến cảnh đó, nên nói với tôi:

- Thà lúc đó em ở lại Việt Nam chịu đói, còn hơn chịu đựng cái không khí địa ngục trong nhà mình mỗi ngày.

Năm 1978, thời điểm Mỹ và Việt Nam vẫn chưa nối lại bang giao, thông qua một người quen bên Pháp, ba má gửi về cho chúng tôi 100 dollar đầu tiên sau 3 năm không tin tức.

Tiếp theo là những thùng đồ nho nhỏ khoảng 1-2kg, trong đó có mấy thước vải soa, chị Linh đem bán lấy tiền mua gạo và thức ăn. Đó là những ngày mà mấy chị em chúng tôi quay cuồng trong niềm vui sướng ngợp trời! Bởi đó là lúc chúng tôi đã vô cùng kiệt quệ vì đói, vì bị cô lập, vì chán nản... thì cứu tinh đã kịp xuất hiện. Tuy tiền và quà so với bây giờ thực chả đáng là bao, nhưng nó như đám mây lành bỗng nhiên bay đến, che phủ hơi ấm lên cả bầu trời đã lạnh lẽo kể từ lúc ba má tôi ra đi.

Có một chuyện hồi năm 1979 mà tôi vẫn nhớ rõ. Năm đó Nga phải thi vào lớp 10 trường Nguyễn Thái Bình. Như tôi từng kể, từ nhỏ Nga đã học rất giỏi. Nhưng từ khi ba má tôi đi Mỹ, cuộc sống thay đổi, mấy chị em tôi trở thành những đứa trẻ rất lêu lổng. Thực ra, tôi hiểu lý do Nga thường xuyên trốn học. Vì chúng tôi nghèo, đến lớp không có bạn bè. Nga cũng giống tôi, quanh năm mặc mãi một bộ đồ duy nhất, bị cười cợt, chọc ghẹo Nga tự ái nên không thèm đi học. Dần dần, em bị mất căn bản, không học được nữa. Nhưng chúng tôi đều hiểu, nếu Nga không vào được lớp 10 thì tương lai em kể như xong! Mà thời kỳ đó thi vào lớp 10 rất khó. Chính tôi cũng đã bỏ học từ năm lớp 9.

Tôi lén để dành từ những đồng tiền ít ỏi mà chị Linh cho, lén mời thầy dạy kèm Toán, Lý, Hóa, cho Nga ôn thi. Cuối cùng, Nga thi đậu. Hai chị em vui mừng khôn xiết! Chuyện này chị Linh, anh Khoa, anh Minh đều không biết. Vì ai cũng bận rộn lo toan cho cuộc sống riêng. Sự kiện đó như là một niềm hạnh phúc riêng mà Nga và tôi đã từng chia sẻ cho nhau.

Năm đó tôi 16 tuổi, tuy chưa trưởng thành nhưng cũng không còn quá non nớt. Ba năm đói khổ ngay vào thời điểm quan trọng trong sự hình thành nhân cách của cá nhân mỗi người, đó là giai đoạn chuyển mình từ một đứa con nít thành một thiếu nữ, khiến cho tôi lớn lên tự mang trong mình nền tảng khiêm nhường, thích suy tư, thường hay nghĩ đến cảm nhận của người khác. Cho đến bây giờ, ngoài rất nhiều kỷ niệm thời thơ ấu hoang dại như cây cỏ đã từng có với Nga và Thu, tôi luôn cảm thấy vô cùng biết ơn chị Linh. Chị như một người mẹ thứ hai của tôi, Thu, Nga. Chị đã thay ba má nuôi dạy ba chị em tôi. Sự hy sinh của chị là thứ công lao mà chúng tôi không thể nào đền đáp cho xứng đáng.

Những năm bơ vơ đó, chị cũng có con, cũng vất vả cùng cực, nhưng chị chưa bao giờ bỏ rơi tụi tôi. Trong nhà chị lo lắng cho tụi tôi, ra ngoài chỉ có mình chị bươn chải, giương "cánh vuốt" lên để che chở cho cả nhà. Mỗi khi có chuyện gì trọng đại là anh Khoa và anh

Minh không bao giờ ra mặt, chỉ có chị Linh. Ví dụ như một chuyện vừa hài vừa bực xảy ra đâu khoảng năm 1976. Nhà tôi bên Đông Hồ có mấy cái máng xối bằng xi măng dẫn nước từ sân thượng xuống. Vì không cần dùng đến nên khi có anh Công là bạn anh Khoa ngỏ lời xin, anh Khoa đồng ý nói anh Công cứ qua lấy. Sáng đó anh Công với một ông chú của anh đi xe đạp đến đẩy mấy máng xối đó đi. Vừa ra khỏi cửa thì tay Công An khu vực bỗng đâu xuất hiện, quát ầm lên:

- Tại sao dám lấy cắp tài sản của nhân dân?

Lập tức chị Linh nhào ra, chị cũng quát lại:

- Cái gì mà tài sản nhân dân? Nhân dân nào? Đây là nhà của ba má tôi để lại. Đồ này là trong nhà của tôi mang ra, tôi cho người ta. Nhân dân ở đâu vào đây can thiệp?

Cãi qua cãi lại ầm ĩ, hàng xóm bu đen bu đỏ... Lát sau tay Công An đuối lý, phải để chú cháu anh Công đẩy máng xối về.

Lúc đó và đến bây giờ tôi vẫn luôn hâm mộ sự can đảm và mạnh mẽ, thông minh của chị Linh. Giữa lúc người người nơm nớp sợ hãi chính quyền, chị dù còn rất trẻ, lại là phụ nữ nhưng suy nghĩ rạch ròi, cãi lý với họ đến cùng! Từ nhỏ, chị đã gan dạ tháo vát như vậy. Hồi chị mới 9 tuổi, má tôi sai chị ra Xa cảng miền Tây đón xe về Bến Lức chỗ ba tôi đang đóng quân để tìm ông vì ông hành quân liên miên suốt mấy tháng, má tôi không liên lạc với ông được. Mấy người lính của ba tôi thấy chị tới thì vô cùng ngạc nhiên, hỏi:

- Con gái Thiếu tá đi đâu đây? Người nhà đâu?

Không ai nghĩ đứa trẻ 9 tuổi đi một mình như vậy!... Từ nhỏ chị đã học rất giỏi, trường Trưng Vương chị theo học lúc đó nổi tiếng khó vào, và chương trình học khắt khe tương đương trường nữ Gia Long. Chị đậu Tú tài Toàn phần với số điểm rất cao. Sau đó chị Linh học Đại học Khoa học. Biến cố năm 75 đã khiến chị phải bỏ dở việc học, nhờ "lanh trí" mà trở thành cô giáo, nhân viên nhà nước!

Nếu không có chị Linh, không biết số phận của tụi tôi đã ra sao? Nói không chừng cả đám đã ngây ngô đi kinh tế mới, bỏ xác nơi rừng thiêng nước độc mất rồi.

Những lúc kiếm được ít tiền là chị liền mua ngay đồ ăn ngon mang về nhà. Chị nhường cho chồng con và các em ăn xong hết rồi chị mới ăn. Có lẽ đó là đức tính của đa số phụ nữ Việt Nam thì phải? Kiểu sống nhường nhịn hy sinh đó dường như từ chị Linh cũng tiêm nhiễm vào tôi. Khi đã sống đầy đủ ở Mỹ, tôi vẫn có thói quen để dành mọi thứ ngon, thứ đẹp cho chồng con trước rồi mới đến mình. Đến nỗi các con tôi phải kêu lên, nhắc nhở tôi:

- Mẹ phải nhớ ăn cái này đấy nhé!

Hoặc "check" tôi:

- Mẹ đã dùng cái này chưa?

Chúng nó sợ tôi cứ nhường hết cho mọi người, không để ý đến mình. Cả chồng tôi cũng thường lo lắng cho tôi như vậy. Điều đó khiến lòng tôi thực ấm áp!

Cũng may là ở Mỹ mọi thứ ăn uống đều dư thừa, nên tôi không có nhiều cơ hội để "phát huy" tinh thần hy sinh của người phụ nữ Việt Nam truyền thống. Nghĩ lại thời của bà ngoại tôi, mẹ tôi, chị tôi, thân phận người phụ nữ thiệt thòi một phần cũng là do chính họ. Họ luôn tự giác nhận lấy phần thua thiệt mà chưa cần ai phải bức ép. Cả tôi cũng vậy! Mặc dù tôi sống ở Mỹ đã lâu, nhiều lúc dư thừa cũng đâm ra kén chọn, Việt Nam bây giờ hay gọi là "chảnh." Nhưng đó đã là tính cách, rất khó sửa. Và tôi nghĩ, cũng không cần phải sửa, có hy sinh hay không là do mình lựa chọn. Có đáng hay không, không quan trọng, bởi đó là những người thân của mình, những người mà mình thương yêu. Mình thiệt một chút mà có thể mang tới hạnh phúc cho người ta, tại sao mình không làm?

Và sau này đã lớn lên, đã qua Mỹ, tận mắt nhìn thấy cuộc sống khó nhọc của ba má tôi ở Mỹ, tôi mới hiểu được từng đồng tiền, từng thùng quà mà ba má gửi về cho chúng tôi là phải đánh đổi bởi bao nhiêu vất vả!

Nó khiến trong lòng tôi vô cùng mâu thuẫn. Tôi vừa khúc mắc chuyện ba má bỏ tôi lại, vừa thương ông bà quá khổ sở nơi xứ người. Hai ông bà vừa làm lụng nuôi 6 đứa con bên nách, vừa gửi tiền về tiếp tế cho 6 anh em chúng tôi ở Việt Nam, vừa mua nhà trả góp, vừa cóp nhặt để đủ điều kiện làm hồ sơ bảo lãnh cho tụi tôi...

Trong khi công việc của ba tôi ở Xerox chỉ là một người lái xe cẩu nâng xúc các máy photocopy từ chỗ này qua chỗ khác. Má tôi nhận may đồ, tiền công một cái áo chỉ vài mươi cents. Chị Trâm kể có khi hàng gấp, má thức may từ tối cho đến sáng hôm sau. Còn ba tôi vì cực nhọc và căng thẳng mà ông bị trầm cảm. Những gánh nặng quá lớn chất chồng trên đôi vai ba má. Thế nhưng, không chỉ tiếp tế cho mấy anh em tôi, ba má tôi còn gửi đồ về cho hai bên bà con nội ngoại, cũng thường xuyên giống như là gửi cho chúng tôi vậy!

Năm 2014 tôi về Việt Nam, khi gặp hai con của dì Ngọc là Hậu và Quân ở Hà Nội, hai người nói nếu lúc đó không có sự giúp đỡ của ba má tôi, nhà họ không biết thế nào mà trụ nổi!

Rồi lại thêm bảo lãnh những người bà con quen biết đi vượt biên nhập cảnh vào Mỹ.

Anh Kiên và anh Đoàn là con bác thứ hai bên nội tôi, đi vượt biên năm 80, được ba má bảo lãnh từ bên đảo tị nạn, ở nhà ba má suốt mấy tháng lúc mới qua. Ông bà phải cưu mang thêm họ. Gia đình bác Liêm bạn thân của ba má vượt biên qua đảo năm 1981 cũng được ba má tôi bảo lãnh cả nhà, lại ở nhà tôi mấy tháng. Đến Thuận con của dì Thảo vượt biên năm 1987, ba má cũng bảo lãnh luôn. Thuận được ba má cho ăn ở đâu khoảng một năm thì rời đi. Đó là sự hy sinh rất lớn vì tình cảm thân bằng quyến thuộc. Ở Mỹ ai cũng biết cuộc sống với người nhập cư là vất vả thế nào. Bảo lãnh một người không hề đơn giản. Phải giúp họ thủ tục giấy tờ nhập cư, tìm việc, học hành... Cuộc sống gia đình mình sẽ bị xáo trộn sinh hoạt vì có người ngoài vào ở. Thậm chí còn phải dạy họ lái xe, hướng dẫn đi xe bus, đi siêu thị... Hàng trăm thứ nhiêu khê! Vừa tốn kém tiền bạc lẫn thời gian, công sức.

Ngay cả chúng tôi bây giờ cuộc sống ở Mỹ cũng khá thoải mái, nhưng nếu nói phải bảo lãnh cho ai đó sẽ là một vấn đề lớn phải suy nghĩ. Nhưng ba má tôi lúc đó không nề hà từ chối. Huống chi khi đó ba tôi đang mang bệnh, má tôi làm nghề may gia công không bao nhiêu tiền, lại phải nuôi nấng một đàn con. Để giúp đỡ người khác, họ phải gồng không biết bao nhiêu gánh nặng!

Vậy mà vẫn có những người được giúp đỡ nhưng không hề nghĩ đến ơn nghĩa. Sau khi rời nhà tôi vì một số lý do, Thuận qua Cali ở với anh họ bên nội, và giận ba má tôi vì đã không tiếp tục cưu mang cậu ấy. Đến mấy chục năm sau Thuận vẫn còn giận. Tôi không hiểu giận cái gì? Lúc ấy ngoài ba má tôi, ai sẽ bảo lãnh cậu ấy? Chỉ mỗi điều đó thôi đã đáng cho Thuận phải quên đi mọi gút mắc (nếu có) với ba má. Đừng nói đến một năm chân ướt chân ráo phải nương nhờ nhà tôi. Cậu ấy đã làm được gì cho ba má tôi để đền đáp ơn nghĩa ấy, thay vì giận dỗi?

Nhưng Thuận vẫn chưa đáng nói bằng một kẻ còn khốn nạn không thể tưởng nổi! Đó là một người tên Chánh, bạn của anh Minh. Hắn tị nạn ở đảo, được ba má tôi bảo lãnh qua khoảng năm 79-80, cũng ở trong nhà tôi một thời gian. Lợi dụng việc ba má tôi bận bịu không có thì giờ quan tâm đến con cái, các anh em tôi không gần gũi với nhau, hắn ngay trong nhà tôi, đã sàm sỡ đứa em gái út của tôi là Trang, lúc đó còn rất nhỏ.

Chuyện này Trang không hé răng nửa lời. Nhưng việc đó đã là một chấn động tâm lý ám ảnh cả cuộc đời em. Cho đến khi ngay sau lễ tốt nghiệp lớp 12, Trang lập tức dọn ra ngoài ở. Ba má tôi muốn cản, em đã kể cho họ nghe chuyện đó. Em không muốn tiếp tục sống trong căn nhà đã gây ra một dấu ấn nặng nề cho tuổi thơ của mình mà cha mẹ anh em không có ai biết để quan tâm, chia sẻ, giúp đỡ em vượt qua. Ba má tôi đã vô cùng sửng sốt khi nghe được sự thật, nhưng mọi chuyện vốn dĩ đã không thể cứu vãn!

Mấy anh em chúng tôi cũng không ai biết về chuyện của tên Chánh. Về sau, chính Trang có lần kể cho tôi nghe. Tôi cũng không biết cảm giác của tôi đối với ba má là như thế nào? Tồn tại bên trong tính cách và hành xử của họ cùng những kết quả hay hậu quả mà họ trực tiếp hoặc gián tiếp gây ra, đối với chúng tôi, những đứa con của họ, quả thực là có rất nhiều mâu thuẫn không dễ gì tìm ra lời giải cho thỏa đáng.

*

Biết ba má tôi bắt đầu gửi tiền về, chính quyền lại kiếm chuyện. Công an và tổ trưởng tổ dân phố liên tục đến nhà, hết tra gạn, nghi ngờ chúng tôi chuẩn bị đi vượt biên, lại thúc giục chúng tôi đi kinh tế mới. Chị Linh cương quyết không chịu. Đến lúc thấy cả nhà tôi quá cứng đầu, họ đưa ra phương án: đổi cho chúng tôi một căn nhà nhỏ hơn trên đường Mai Khôi, cách nhà cũng khoảng 1km, nhà đang ở hiện tại chính quyền sẽ "quốc hữu hóa," hay nói thẳng ra là tịch thu, biến thành trường công của nhà nước. Thời đó chính quyền Cộng sản trưng dụng tất cả các trường tư thục thành tài sản nhà nước, do đó chính là lý do họ tịch thu trường học của ba má tôi làm chủ, mà không hề bồi thường bất cứ thứ gì.

Khoảng tháng 3 hay tháng 4 năm 1980, tôi không nhớ rõ, chính quyền gửi công văn xuống, yêu cầu chúng tôi phải "đổi nhà"!

Chúng tôi không có sự lựa chọn, cũng không chịu nổi áp lực của chính quyền. Giữa năm 1980, mấy anh em tôi dọn sang nhà mới bên Mai Khôi. Một trong những điều quan trọng mà ba má căn dặn trước khi đi: *"về giữ nhà,"* tụi tôi đã không làm được.

Ngôi nhà nơi mấy anh chị em tôi sinh ra và lớn lên. Nơi đã từng có đầy đủ giọng nói tiếng cười của 12 đứa, cùng với ba má, với bà ngoại, những ngày đầy đủ sum vầy, cuối cùng, đã không còn thuộc về chúng tôi nữa.

Ngày dọn khỏi nhà, tôi cảm giác như một lần nữa, cuộc chia ly đứt đoạn vào buổi chiều tháng 4 năm 1975 lại tái diễn. Chúng tôi đã thực sự rời khỏi căn nhà vốn hiện diện như một chứng nhân của gia đình êm ấm, của một thời đại khác, của một quá khứ vàng son, tất cả đã thực sự khép lại.

Từ căn nhà có 12 phòng, chúng tôi phải đổi lấy căn nhà có 1 phòng ngủ trong con đường nhỏ như "đường hẻm." Nhà có 1 gian trước, bếp khá rộng và có khoảng trống giữa phòng ngủ và bếp. Gần bếp có cầu thang nhỏ thông lên sân thượng. Đó là nơi mà trước khi đi Mỹ, tôi và Hùng thường ngồi nói chuyện. Nhà không có phòng tắm riêng, khi tắm phải che cửa bếp lại. Trong bếp có cái lu đựng nước để tắm, múc ra từng ca dội lên người. Toilet dạng "xí bệt," là bàn cầu ngồi xổm kiểu từ thời Pháp còn duy trì trước khi có loại bồn cầu ngồi cao nối với bồn dội nước, nên khi đi vệ sinh xong phải múc nước dội. Chúng tôi đã quen sống tiện nghi, nhưng vẫn phải chấp nhận chen chúc sống trong căn "nhà mới" đó.

Đồ đạc của nhà bên Đông Hồ đã bị tụi tôi tháo gỡ bán dần để ăn, và còn bị trộm liên tục, nên khi dọn qua Mai Khôi hầu như không mang theo gì nhiều, chỉ còn có cái đi-văng và một giường nhỏ. Vợ chồng anh Khoa ngủ trên đi-văng kê ở khoảng trống giữa bếp và phòng ngủ. Ba chị em tôi, Thu, Nga dồn vào phòng ngủ nhỏ như cái hộp. Nga nằm trên giường, tôi và Thu nằm dưới đất.

Trước khi đi, tôi và Thu, Nga có qua nhà từ giã Mỹ và dì Ba, những người hàng xóm đã rất tốt bụng với 3 chị em tôi. Mấy anh chị lớn như chị Linh, anh Khoa, anh Minh không giao thiệp với hàng xóm. Tôi nghĩ một là vì quá bận mưu sinh, bạn bè..., hai là có thể họ thấy khó xử khi gia đình tôi trước kia giàu có, bây giờ bi thảm quá, các anh chị chẳng muốn tiếp xúc với ai cho mệt! Chỉ có 3 đứa tôi còn nhỏ, lêu lổng, đi chơi với mấy đứa con nít trong xóm từ sáng đến tối, nên vẫn có nhiều tình cảm với lối xóm xung quanh. Mỗi lần qua nhà dì Ba mượn gạo, chị Linh đều sai 3 đứa tụi tôi đi. Dì Ba cũng không bao giờ nói chuyện với các anh chị lớn của tôi, nhưng tụi tôi mượn gạo thì dì chưa bao giờ từ chối.

Lúc mới dọn qua, những người hàng xóm ở Mai Khôi nhìn chúng tôi rất dè dặt. Họ tưởng chúng tôi là gia đình cán bộ được nhà nước lấy nhà của người đi vượt biên cấp lại cho chúng tôi như hầu hết cán bộ ngoài Bắc vào thời đó. Sau khi biết hoàn cảnh của tụi tôi bị "đổi nhà," thái độ họ thay đổi thân thiện hơn.

*

Về ở đường Mai Khôi, chị Linh mua cái tủ kiếng, rồi mở trước nhà một gian tiệm nhỏ, bán đồ ba má tôi gửi về từ Mỹ, cùng với đồ gửi từ nước ngoài bởi thân nhân của nhiều người quen biết khác nhau mà chị Linh thu gom được. Thời đó từ Mỹ thường gửi về Việt Nam nhiều nhất là thuốc Tây, vải vóc, mỹ phẩm, đồ thiết yếu hàng ngày như dầu gội đầu, kem đánh răng... Với tình trạng các công xưởng ở miền Nam hầu như tê liệt, nhu yếu phẩm phải mua theo tiêu chuẩn, chất lượng tồi tệ khiến cho người có chút tiền rất mê mua đồ nước ngoài gửi về. Ba má tôi gửi đồ về khá đều đặn, chuyện bán buôn của chị Linh lúc này cũng được suôn sẻ nên cuộc sống chúng tôi đã không còn đói khát hay mượn gạo từng bữa nữa.

Dạo đó ông Dzu (Hoàng Văn Minh), bạn anh Khoa, hay ghé nhà tôi chơi, còn tặng báo Công An ra mỗi tuần cho nhà tôi đọc. Lại có một anh công an khu vực tên Châu Văn La, còn trẻ, mới ra trường, rất thích Nga. Anh này tuy là Công An nhưng mặt mũi dễ nhìn, thái độ hiền lành, thân thiện. Chiều chiều anh La hay ghé nhà ngồi ngoài sân tán dóc với 3 chị em tôi, rồi lấy báo Công An coi ké. Thấy ông Dzu hay lui tới nên anh ta cũng có vẻ nể, không làm khó dễ gì chúng tôi như hồi còn ở bên khu vực Đông Hồ, cả nhà bị ông Hai Trình ghét không cho mua gạo. Lúc đó Nga tuy rất đẹp nhưng còn nhỏ tuổi, nên chỉ là tán dóc rồi thôi, cho đến ngày chúng tôi đi Mỹ. Sau này nghe nói anh La đã lên đến chức chủ tịch UBND quận Tân Bình.

Các anh chị tôi vẫn vậy, không tiếp xúc với xóm giềng. Anh Minh lúc đó đã có bồ là chị Liên, anh ở luôn trên chỗ chị. Xưa nay tôi hiếm thấy anh Minh làm lụng việc gì để kiếm sống. Anh cứ lông bông như vậy! Chỉ thỉnh thoảng khi hết tiền thì anh tạt về nhà, đòi chị Linh đưa tiền cho anh xài. Chị Linh lo buôn bán, anh Khoa đã có đứa con thứ 2 là bé Loan. Cả nhà vẫn chỉ có tôi, Thu, Nga thì đóng vai các "sứ giả thân thiện," giao du với mấy người trong xóm như anh Bình, chị Hương ở đối diện. Tôi khá thân với Hùng, người mà ban đầu tôi kể đã khuyên tôi đừng đi Mỹ. Gia đình Hùng là cán bộ. Ba Hùng gốc Bến Tre, đi tập kết ra Bắc, lấy mẹ Hùng người Hà Nội, sau năm 75 họ vào Nam được nhà nước cấp cho căn nhà cạnh nhà tôi, là nhà của một gia đình đi vượt biên bỏ lại.

Nghĩ cũng thú vị, Hùng và tôi chính là hậu duệ của hai bên: *bên thắng cuộc* và *bên thua cuộc*. Thế nhưng chúng tôi lại khá thân với nhau. Nếu ngày đó tôi không đi Mỹ, biết đâu mọi chuyện đã có thể tiến xa hơn? Một cuộc "giảng hòa" giữa hai phe Nam-Bắc chăng?! Nghe cũng vui vui.

Nhưng lúc đó, sự khao khát được đi Mỹ, được thoát khỏi Việt Nam trong lòng tôi là vô bờ bến!

Phong trào vượt biên vẫn rầm rộ. Người ta vẫn nghe lén tin tức truyền thanh từ đài BBC. Hình ảnh những người đã đi thoát ra nước ngoài, nhiều nhất là Mỹ, dồn dập gửi về, khiến cho không riêng gì mấy chị em tôi mà khắp xung quanh ai cũng mơ ước được ra đi. Từ chỗ bị người ta nhìn với vẻ thương hại, hắt hủi ở những ngày đầu ba má mới ra đi, bây giờ tôi cảm thấy họ nhìn chúng tôi với một chút ghen tị. Nhờ vào sự tiếp tế của ba má, tụi tôi trở thành những người có đồ Mỹ để bán. Họ nhìn chúng tôi như những người may mắn. Bởi dù có đi vượt biên thì chúng tôi cũng có sẵn ba má bên Mỹ để hỗ trợ. Đẳng cấp bỗng dưng thay đổi đến bất ngờ! Ba má cũng dặn chúng tôi không được yêu đương bồ bịch, bởi vì hồ sơ bảo lãnh mấy anh chị em đã được ba chuẩn bị nộp từ bên Mỹ.

Tuy đang tuổi mơ mộng nhưng chúng tôi cũng hiểu cái gì là nên hay không nên. Ba má đi đã 5-6 năm, nỗi nhớ nhung hay buồn thương vốn dĩ đã phai nhạt. Chỉ có ước muốn ra đi để rời khỏi một Sài Gòn tù túng và khốn khổ, là vô cùng mạnh mẽ, giúp tôi vượt qua hết mọi rung động nhất thời, tập trung vào một mục tiêu duy nhất: *phải đi Mỹ!*

Khi được thông báo mở hồ sơ, tụi tôi vừa mừng vừa lo. Vì chính quyền Cộng sản làm việc thường là tùy hứng, và phải có hối lộ thì mọi thứ mới trơn tru. Nhà tôi không có tiền, nên chỉ biết thụ động đợi chờ trong may rủi.

Vào thời gian này, bà ngoại bắt đầu có triệu chứng của bệnh mất trí nhớ.

Hồi bà ngoại ở với dì Thảo, tôi vẫn thường qua thăm bà. Mỗi lần tôi vừa tới cửa là ngoại đã kêu lên mừng rỡ:

- Con Thanh nó tới rồi!

Lần nào tôi cũng mua biếu ngoại ít bánh kẹo, vì tôi nhớ hồi còn ở với nhà tôi, đi chợ về là ngoại đều lén mua riêng cho tôi đồng quà tấm bánh. Ngoại thương tôi nhất trong mấy đứa cháu. Sau này ngoại bị bệnh mất trí nhớ của người già. Tuy lú lẫn không còn nhận ra ai nhưng thật đặc biệt là ngoại luôn nhận ra tôi, chỉ một mình tôi thôi... Cho đến một ngày, ngoại bị té và bán thân bất toại.

Điều làm tôi day dứt nhất là đã không thể chăm sóc được ngoại lúc già yếu. Tụi tôi đi được một năm thì ngoại mất. Khi về ở với dì Thảo nhà đã rất khó khăn, ngoại lại bệnh tật nên rất khổ sở. Vân, con gái của dì Thảo kể với tôi, lúc đó em mới có 13-14 tuổi nhưng em chính là người tắm rửa, chăm sóc ăn uống cho ngoại. Vì dì Thảo đi làm cực, dượng lại đi cải tạo, nên mỗi khi buôn bán ở ngoài chợ trở về nhà dì cũng hay cáu gắt và la lối với ngoại. Vân thấy tội ngoại nên không cần ai nhờ, em vẫn tự giác lo cho ngoại.

Sau này Vân cũng sang Mỹ, tụi tôi sống gần nhau. Tôi hơn Vân 7 tuổi, nhưng có lẽ nhờ vào mối dây liên kết là cùng yêu thương bà ngoại, và sự cảm kích tôi dành cho Vân khi em đã thay tôi chăm sóc ngoại, nên chúng tôi rất thân thiết nhau.

Anh Khoa và chị Linh đã có gia đình, phải tách hồ sơ để đi sau, nên các anh chị có vẻ hơi buồn. Tôi, Thu, Nga và anh Minh rất may mắn khi đi trót lọt năm 1982, dường như là một trong những "lứa" đầu tiên rời Việt Nam theo "diện" bảo lãnh, là chương trình "định cư nhân đạo" của Hoa Kỳ dành cho quy chế đoàn tụ thân nhân. Có một quãng thời gian chương trình bảo lãnh ODP gặp rắc rối vì phía Mỹ khám phá việc chính quyền Việt Nam ăn hối lộ để cung cấp và chứng thực hồ sơ không rõ ràng và gian lận, khiến chương trình bị ngưng đọng một thời gian khá dài, sau đó mới tiếp tục giải quyết hồ sơ. Chúng tôi may mắn được đi trước khi chương trình này bị tạm ngưng. Tưởng rằng chỉ 1-2 năm sau anh Khoa và chị Linh cũng sẽ đoàn tụ với cả nhà bên Mỹ, nhưng không ngờ lại phải mất tiếp 7 năm.

Thật đáng sợ là 7 năm đó lại tiếp tục đào thêm một cái hố ngăn cách cho những người đi trước và đi sau, ngay trong chính 6 anh chị em đã bị bỏ lại như chúng tôi. Chúng tôi tưởng 6 người từ Việt Nam qua sau năm 75 ít nhiều gì cũng là "một phe." Nhưng không phải, trong chúng tôi vẫn nảy sinh những bất đồng, mâu thuẫn, mà cho đến tận bây giờ cũng không dễ gì hàn gắn.

CHƯƠNG VII

ĐI TÌM CÂU TRẢ LỜI

Rời khỏi Việt Nam năm 1982 có 4 anh em: anh Minh, tôi, Thu, Nga.

Giữa sự ghẻ lạnh của hầu hết các anh em đã qua Mỹ trước đó, tôi và Thu, Nga may mắn nhận được sự quan tâm chăm sóc của chị Trâm. Trang và Tuấn nhỏ tuổi nhất nhà, nhỏ hơn chị Trâm rất nhiều, ba má lo làm lụng không lo lắng được gì cho con cái nên tôi có cảm giác 2 đứa nó coi chị Trâm như mẹ. Hồi đó tụi nó đâu khoảng 10-12 tuổi, chị Trâm mới có người yêu là người bản xứ tên Tom. Khi đi coi phim, đi ăn… với Tom, chị Trâm thường dắt cả Trang và Tuấn theo. Có lẽ chị có tâm sự cho Tom nghe về hoàn cảnh gia đình mình nên Tom mới chấp nhận đi chơi với bạn gái còn được "khuyến mãi" thêm những 2 cái "đuôi"!

Tom tuy tử tế, biết chuyện, nhưng anh vẫn là một người Mỹ, trưởng thành với tư duy và văn hóa của người Mỹ. Đối với gia đình chúng tôi dĩ nhiên sẽ vấp phải rất nhiều khác biệt. Sau khi anh và chị Trâm lấy nhau thì có xảy ra một chuyện liên quan đến Nga, khiến cho đến bây giờ Nga và chị Trâm vẫn còn bất hòa. Lúc đó tụi tôi qua Mỹ chưa bao lâu, chưa được rõ nét sự khác nhau giữa văn hóa Á đông và văn hóa Mỹ. Ba má tôi có mua thêm một căn nhà bên cạnh nhà đang ở. Tôi không rõ sao ba má dám mua trong khi thu nhập của gia đình tôi khi đó thực sự không cao. Mặc dù giá nhà ở Dallas lúc đó tương đối rẻ, chỉ cần trả trước khoảng 20% là đã có nhà, sau đó trả góp. Nhưng chúng tôi hầu hết còn nhỏ, các anh chị lớn đi làm phụ tiền ba má cũng không bao nhiêu… Mua được một thời gian thì ba má không góp nổi nữa. Chị Trâm thấy vậy bèn bàn với Tom dọn về ở trong căn nhà bên cạnh, trả tiền thuê nhà để gián tiếp giúp ba má trả nợ.

Có một lần Nga đột ngột mở cửa đi vào căn nhà chị Trâm và Tom đã thuê ở. Tom là người Mỹ, dĩ nhiên anh hỏi Nga:

- Tại sao vào nhà không gõ cửa?

Thay vì xin lỗi, Nga lại cãi tại sao nó không được vào?

Sau đó, Nga còn trở về méc ba má. Ba tôi bênh Nga, gọi vợ chồng chị Trâm sang quát tháo to tiếng với Tom, hỏi Tom vì sao đã ở nhà của ông lại cư xử như vậy với con ông?!

Tom đã ứa nước mắt khóc vì hành động của ba tôi.

**

Cho đến bây giờ Nga và chị Trâm gặp nhau tuy thường nói chuyện vẫn hơi xa cách.

Chị Trâm vừa đi làm y tá ở nhà thương vừa học thêm buổi tối, lấy được bằng Master về Nurse Practitioner, làm việc trong bệnh viện với mức lương khá cao. Mặc dù chị luôn bị ba má tôi so sánh với anh Tùng. Ba má thương anh Tùng hơn và cứ chê chị Trâm học dốt. Nhưng cuối cùng chị là người thành công hơn so với Tùng. Chị có công việc đàng hoàng ổn định. Chồng chị làm CPA thu nhập cũng rất tốt. Con gái của chị và Tom là Melissa học rất giỏi, được nhận vào trường George Town University, ra trường đi làm trong một ngân hàng ở New York lương rất cao. Chị Trâm luôn tự hào về con gái của mình. Tôi vẫn thầm vui vì những gì mà chị Trâm có được. Chị hiền lành, tử tế và xứng đáng với những may mắn đó.

Tôi nhận thấy sự khác nhau rất rõ giữa chị Trâm và chị Linh, dù cả 2 chị đều rất thương em, rất lo lắng cho người khác. Nhưng chị Linh là một kiểu thương, kiểu lo rất Việt Nam! Chị luôn nghĩ mình là người phải dẫn dắt, chỉ bảo cho người khác. Những người khác đó nên nghe theo chị, vì đó là điều đúng. Chị không quan tâm nhiều đến suy nghĩ, cảm nhận hay nỗi khó khăn của phía bên kia. Ở bên chị chúng tôi được bảo bọc và nên hành xử vâng lời, không thì chị sẽ rất giận. Và hồi nhỏ, khi giận chị đánh đòn tụi tôi cũng không có gì là lạ!

Chị Trâm thì ngược lại, kiểu thương kiểu lo của chị Trâm rất Mỹ! Chị nhẹ nhàng, tôn trọng ý kiến cá nhân cũng như sự riêng tư của người khác. Cho nên về sau, tôi dần dần trở nên thân thiết với chị Trâm hơn.

Chị Linh hiện nay có tiệm giặt ủi rất đông khách ở Houston. Hai con chị, một bé là Hoa làm lập trình viên IT, một bé là Lan làm bác sĩ ở bệnh viện MD Anderson ở Houston, rất nổi tiếng về bệnh ung thư. Lan còn là chuyên gia rất giỏi về ung thư và huyết học. Cuộc sống không có gì phải phàn nàn! Ở đâu thì chị Linh cũng rất nhạy bén, cũng tìm ra cách để "mần ăn," và vẫn giữ phong cách rất là "leader" của chị!

Bằng sự kiêu hãnh bẩm sinh Nga cũng không chấp nhận để bị người khác "khi dễ"! Sau thời gian đầu bị kỳ thị, bị coi thường vì không biết tiếng Anh, Nga đã dần vươn lên, điểm ở lớp cao ngất ngưỡng. Tuy buổi sáng ba chị em tôi, Thu, Nga cùng đi học chung bằng chiếc xe cũ của chị Trâm, nhưng khi về tôi thường quá giang Huy về trước. Tôi dốt tiếng Anh nên các khóa, các môn liên quan đến văn chương chữ nghĩa – khoa học xã hội, nếu né được tôi đều cố gắng né! Chỉ tập trung học các môn Toán và Tự Nhiên. Kết quả học hành của tôi không có gì đặc biệt. Buổi chiều tối tôi thường ở nhà phụ má tôi may vá, cơm nước… Còn Thu và Nga ở lại trường học thêm đến 12h đêm, 1h sáng là chuyện bình thường.

Đến năm 1988, cả hai đứa đều tốt nghiệp Đại học với điểm rất cao, được hãng máy bay General Dynamic ở Fort Worth nhận vào làm việc. Đó là thành công không nhỏ đối với những thiếu nữ mới chân ướt chân ráo nhập cư sau 1975. Tôi nghĩ Thu và Nga có quyền tự hào về những nỗ lực của mình. Chỉ với 6 năm ngắn ngủi, tụi nó đã đặt được chỗ đứng một cách rất đàng hoàng trên đất Mỹ.

Rồi đến năm 1996, Nga trở lại trường để học Nha sĩ. Năm 2002 Nga ra trường. Có thể nói đây là một sự nỗ lực rất lớn của Nga.

Lúc Nga và Thu ra trường đi làm thì Trang đã khoảng 13-14 tuổi. Má tôi rất hà tiện nên Trang thường không có tiền, con gái mới lớn đã biết làm điệu nhưng nó không có tiền để sắm sửa gì cho mình cả! Thế nên nó thường hay lén "mượn" đồ đạc của Nga và Thu, như túi xách này nọ, để mang đi ra ngoài chơi. Nga biết được, gọi má tôi ra "mắng vốn," không cho Trang dùng đồ của nó.

Thu lại còn dè xẻn hơn cả má tôi! Nó rất là chi li tiết kiệm. Tôi không trách nó. Vì tôi nghĩ đó cũng không hẳn là tính xấu. Vả lại, tôi đoán có thể do quãng thời gian đói khổ ở Việt Nam đã gây ra "di chứng" nặng nề đối với nó. Nó lại có mặc cảm không muốn ai nghĩ mình nghèo, mình thua sút.

Tùng, anh Khoa và Thu giống nhau ở chỗ giao thiệp rộng, có rất nhiều bạn bè. Đặc biệt anh Tùng chỉ cần được bạn bè tung hô khen ngợi là vui vẻ dốc hầu bao. Sau đó lại rất tự hào về hành động "phóng tay" với bạn của mình.

Anh Tùng lại rất sợ anh Minh. Qua đến Mỹ, cái "dzốp" sợ ấy dường như chưa mất hẳn. Hai người thường cùng nhau làm việc này việc nọ... Với hai người anh này, tôi không thân thiết lắm! Đặc biệt là sau sự việc kiện tụng tranh giành công ty với Tùng xảy ra hồi năm 1997, tôi không còn liên hệ gì với anh Tùng nữa.

Vụ kiện đó có chút liên quan đến Hoàng, vì hồi ấy Hoàng cũng vào làm trong công ty của chúng tôi một thời gian ngắn. Và khi xảy ra sự kiện cáo, một phần vì việc chia tách dẫn đến tình hình công ty khá lộn xộn, một phần vì tâm trạng tôi bị bối rối khi xảy ra kiện tụng với chính người anh ruột trong nhà, tôi đã không giữ Hoàng lại mà cho nó nghỉ việc. Nên nói gì thì nói, giữa tôi và Hoàng vẫn có chút vướng mắc khó thân thiện.

Như tôi đã từng kể, Hoàng học rất giỏi, tốt nghiệp mấy trường Đại học có uy tín, lấy luôn bằng Thạc Sĩ… Có nhiều trường nổi tiếng như USC (University Of Southern California) cấp học bổng này nọ nhưng Hoàng chê không thèm học. Ngay cả được nhận vào Medical School của trường University of Texas Medical School ở Houston, nó cũng không thèm học. Đến khi học thì đó là Carnegie Mellon University ở Pennsylvania, một trường nằm trong Top 20 của Mỹ. Nhưng ra trường Hoàng không có việc làm ổn định. Ngoài thời gian làm việc ở công ty của vợ chồng tôi, Hoàng hầu như không đi làm ở đâu nữa…

Về sau, Hoàng là người sống chung và chăm sóc chính cho má tôi khi bà bắt đầu đổ bệnh già. Khi vào bệnh viện, Hoàng còn góp ý cho bác sĩ, y tá cách chuẩn đoán và cho má tôi uống thuốc. Nó rất am hiểu về lĩnh vực này. Có nhiều lần bác sĩ tưởng má tôi đã không khỏi, nhưng Hoàng tự nghiên cứu và đề nghị cách chữa với bác sĩ, và Hoàng cho bà uống thuốc, săn sóc bà đến khi bình phục. Ai cũng ngạc nhiên! Và khi giỏi mà không có cơ hội để tiến thân thì người ta sẽ đâm ra bất đắc chí. Hoàng lâm vào tình trạng trầm cảm, giống như Phong và Tuấn. Nó bị "left-out," bị loại hay tự tách ra khỏi xã hội xung quanh, nhưng không ai có thể cho nó lời khuyên. Vì trong nhà tôi, có ai giỏi bằng nó đâu? Nó sẽ không lắng nghe lời khuyên của ai hết!

Hai đứa em trai mà tôi dành nhiều tình cảm chính là Phong và Tuấn. Phong vì thất vọng với nhiều thứ mà có thời gian nó bỏ nhà đi suốt mấy năm không hề liên lạc. Còn Tuấn, suýt nữa chúng tôi đã mất nó. Có lần nó đã tự tử vì trầm cảm. Rất may Trang phát giác kịp thời bức thư tuyệt mệnh nó để lại cho Trang, người ta đã kịp cứu, đưa nó vào bệnh viện. Lần đó Trang khóc rất nhiều! Nó coi Tuấn là người bạn tuổi thơ, người anh ruột thịt thân thiết nhất của nó. Hai đứa trẻ có cả chục anh chị lớn hơn mình. Nhưng nỗi cô đơn và bi kịch thì chỉ có 2 đứa nó chia sẻ với nhau. Tôi cũng không biết, liệu chúng tôi, những người làm anh chị này, đã có lỗi gì không, trong bi kịch của các em mình?

*

Và tôi cũng hơi thắc mắc, tại sao trong 12 anh chị em của tôi, những đứa con gái lại giỏi giang, thành đạt hơn là những người con trai? Cả lúc còn ở Việt Nam lẫn khi qua Mỹ, vai trò của chị Linh, chị Trâm, hay tôi, Thu, Nga luôn là những người phải phụ giúp, gồng gánh, cáng đáng gia đình. Trong khi các anh em trai, người thì thất bại trong cuộc sống, người thì không quan tâm, họ như những người chỉ có thể nhận lấy, được giúp đỡ, có người ngay chính bản thân mình cũng không xoay sở được để sống. Dù ba má tôi đã dành hết tình thương cho họ, hỗ trợ họ hết sức, ai cũng được cho học hành tử tế. Vì sao họ vẫn không thể thành công?

Có phải do từ truyền thống trọng nam khinh nữ của người Á đông mà ba má tôi là đại diện rõ nét nhất, đã làm cho các anh em trai của tôi trở nên yếu ớt, ỷ lại, không thể sinh tồn được khi rời khỏi sự bảo bọc của gia đình?

Hay nước Mỹ với sự bình đẳng, trao cơ hội cho mọi người, mọi giới, đã giúp cho các chị em gái chúng tôi dễ dàng vượt lên, khẳng định được giá trị của bản thân?

Tôi nhớ thời gian đầu mới qua Mỹ, không chịu nổi cách đối xử khác biệt của má với tôi và các anh chị em khác trong nhà, tôi không muốn ở nhà tiếp phụ may với má, mà nhờ Liên, một cô bạn học chung trung học, xin giúp việc làm ngoài giờ trong một hãng may của người Việt. Chủ xưởng là anh Hải. Xưởng này thầu lại hàng may từ các hãng lớn. Công việc của tôi là cắt chỉ cho những quần áo đã may xong, bỏ vô bao để chủ xưởng mang đi giao cho hãng. Lương tôi nhận lúc đó chỉ có 3.35 đô la/1giờ. Và người Việt Nam không bao giờ được trả overtime (lương ngoài giờ) dù có làm hơn 40 giờ, có khi lên đến 50-60 giờ/tuần họ vẫn không trả. Vì chúng tôi mới qua, không biết luật, không biết tiếng Anh, lại sợ rắc rối nên không hề dám đòi hỏi.

Hoàn cảnh tôi không có gì cá biệt. Hầu hết người Việt mới sang đều đi làm nail, làm trong các hãng xưởng nhỏ của tư nhân, luật để bảo vệ người lao động hay tiền phụ trội ngoài giờ là rất xa vời... Như Thu, Nga cũng phải đi làm trong nhà hàng, rửa chén và dọn dẹp vệ sinh. Xin được vào Mc Donald đã là rất tốt! Lúc tụi tôi mới qua, ba tôi có dắt mấy chị em tôi đi xin việc làm lau dọn trong các building. Làm được một thời gian thì phải chuyển qua học may với má, vì dọn building quá cực nhọc so với sức vóc của phụ nữ, nhất là những đứa con gái mới lớn như tụi tôi. Tuy nhiên, tụi tôi vẫn không nề hà, than van. Hồi ấy ai cũng khó khăn, gia đình tôi lại càng khó khăn, có việc làm đã là may mắn, làm gì có chuyện "kén cá chọn canh"?

Thế nhưng giờ nghĩ lại mới thấy những việc vất vả ấy mà chỉ có mấy chị em gái làm thôi. Các anh em trai của tôi hầu như không phải rơi vào cảnh ngộ như vậy. Ở Việt Nam, chị Linh tất tả ngược xuôi bao nhiêu, thì anh Khoa, anh Minh, thong dong nhàn hạ bấy nhiêu. Các anh ấy hầu như không làm gì cả! Ở Mỹ, chị Trâm và mấy chị em tôi may vá, dọn vệ sinh, trong khi Phong, Hoàng, chỉ lo mỗi việc học. Mấy anh em trai lại hay được má dúi tiền riêng cho xài, trong khi mấy chị em tôi không hề được! Cho nên Trang mới phải mượn đồ của Nga để xài, nó không có chút tiền nào cả!

Có thể từ những cơ cực đó, chị em chúng tôi mạnh mẽ hơn, tự lập hơn, dễ sinh tồn hơn trong cuộc sống Mỹ. Tôi cảm thấy ở đây xã hội rất công bằng. Khi anh nỗ lực, anh cố gắng hết sức thì dù xuất phát điểm của anh thấp đến đâu, anh cũng sẽ được nhìn nhận và đền đáp. Còn khi anh lười biếng, thụ động, thì dù anh có bao nhiêu bằng cấp, bao nhiêu kiến thức, anh vẫn sẽ bị gạt ra bên lề xã hội.

Như chuyện mà đến giờ này tôi vẫn không thể lý giải được tại sao những đứa em "Mỹ" của tôi như Hoàng, Tuấn lại không hội nhập được vào xã hội Mỹ? Vấn đề không còn thuộc về ngôn ngữ nữa, vì tiếng Anh đã là ngôn ngữ của tụi nó. Tụi nó lại có bằng cấp rất tốt. Như Hoàng tôi đã kể. Tuấn thì có bằng Master về Education và Bachelor về Art của UCLA. Đặc biệt dù không học về kỹ sư Computer nhưng Tuấn cũng có Certificates về Microsoft và nó rất giỏi về ngành đó. Thế nhưng mãi đến sau này Tuấn mới có công việc tốt, ổn định, làm tôi rất mừng và hãnh diện. Thời nó và Hoàng ru rú ở nhà rồi trầm cảm, tôi cứ tự hỏi vấn đề của tụi nó là gì? Trong khi khả năng tiếng Anh của tôi kém hơn, học vấn cũng không bằng, nhưng tôi đã lăn xả hết sức vào xã hội Mỹ.

Không riêng các em tôi, chung quanh tôi có rất nhiều gia đình Việt Nam có con qua thời 1975, chúng cũng không hội nhập được. Tôi nghĩ, có thể đó là căn bệnh của thời đại. Nhất là trong những gia đình di cư có cha mẹ không đủ hiểu biết, và không xông xáo để đương đầu với những thành kiến và ngôn ngữ. Và cuối cùng là lớp trẻ thời đó đã không được chỉ bảo dạy dỗ, nên cảm thấy bị bỏ rơi và mất phương hướng. Trầm cảm vì không thoát được chính mình.

Trong bối cảnh xã hội Mỹ chỉ chấp nhận sự thành công, tự tin, nỗ lực. Và mỗi người đều quá bận rộn để có thể dành thời gian, dừng guồng quay của xã hội lại, để tự hỏi mình là ai? Tại sao cuộc sống mình lại như vậy? Và càng không có thời gian để quan tâm đến người khác. Từ đó, nhiều người có suy nghĩ lệch lạc, mang tâm lý mình là nạn nhân. Họ không biết rằng chính mình mới là vấn đề chứ không phải do xã hội. Khi bản thân không nỗ lực và quyết tâm hội nhập, thì sẽ bị đào thải, đó là quy luật đương nhiên ở bất kỳ xã hội hay hoàn cảnh nào cũng thế.

*

Đôi lúc tôi không biết mình nên giận má hay thương má.

Sự khắc nghiệt của má đối với mấy chị em gái, nhất là với tôi, đã gián tiếp giúp cho chúng tôi trở nên "lì đòn," gián tiếp giúp chúng tôi có được ngày hôm nay. Tuy không phải là đức cao vọng trọng gì! Cũng không đạt được đến đẳng cấp của ông bà chúng tôi ngày xưa. Thậm chí không thể nào so sánh được với ba má tôi thời ông bà còn ở giai đoạn hoàng kim của mình. Nhưng ít ra, chúng tôi cũng có cuộc sống ổn định đàng hoàng mà khối người mơ ước. Giờ đây nhớ lại những ngày đầu đến Mỹ, bị kỳ thị, bị hắt hủi, tôi coi như những dấu ấn trong đời. Tuy buồn, nhưng ít nhiều gì chúng đã chưa từng có thể đánh bại tôi.

Còn các anh em trai, liệu cuộc ra đi này là tốt hay xấu cho cuộc đời của họ?

Tôi hay thầm nghĩ, nếu họ vẫn còn ở Việt Nam, phe Việt Nam Cộng Hòa không thất thế trong cuộc chiến, ba má tôi vẫn là ông bà Thiếu tá oai phong, thì trong cái xã hội Á đông trọng nam khinh nữ, ủng hộ sự kế thừa quyền lực đó, các anh em tôi sẽ trở thành như thế nào?

Có lẽ anh Khoa, anh Tùng, anh Minh sẽ được thành công hơn bây giờ, và đã trở thành những sĩ quan cao cấp? Hoàng sẽ là một giáo sư hay bác sĩ? Tuấn nó sẽ làm gì? Và Phong, chắc nó sẽ không mãi mãi buồn bã bất lực như bây giờ chứ?... Không ai biết được. Bởi những điều đó mãi mãi nằm ở trạng thái "nếu," mà cái "nếu" đó, đã là một quá khứ vụt bẻ ngoặt, là một hiện tại chưa từng tồn tại, là một tương lai chỉ có trong mơ ước của ba má tôi. Tất cả, đã không thể nào thay đổi. Không thể nào đảo ngược lịch sử. Nó không phải loại phim giả tưởng *"Back to The Future"!!!*

*

Cho đến tận khi nhắm mắt xuôi tay, ba má tôi chưa từng có một lần nào ngồi xuống nói với tất cả anh chị em chúng tôi, lý do của những quyết định của họ.

Chỉ có một lần, má tôi nói ngắn gọn:

- Nếu lúc đó tao không đi Mỹ theo ba mày thì 6 đứa còn kẹt lại sẽ không thể nào đi được nữa!

Ban đầu, tôi không hiểu lắm ý tứ của bà. Nhưng về sau khi đã trưởng thành hơn, lấy chồng, có con, tôi bắt đầu suy đoán ý nghĩa trong lời má nói. Quả thật, hồi mới bị bỏ lại Việt Nam, tôi có uất ức buồn tủi, cũng từng nghĩ nếu 6 anh em tôi bị bỏ lại thì tại sao ba má không tách ra? Ba dắt 6 người kia đi, còn má nên ở lại với tụi tôi chứ? Tại sao má cũng đi luôn như thế?

Ngẫm kỹ lại, ba tôi là một sĩ quan xuất thân danh giá, đạt được địa vị từ khi còn rất trẻ, tướng tá lại cao ráo đẹp trai, nên ông rất đào hoa. Thời chiến, đàn ông chết trận rất nhiều, ở hậu phương toàn người già, con nít và quả phụ. Ba tôi hiển nhiên là ngôi sao trong mắt các cô các bà. Tôi nhớ hồi ở Việt Nam, thỉnh thoảng ông cũng có vướng phải vài sự liên hệ gì đó khiến má tôi phải ghen tuông, cãi cọ. Tôi đoán ý má lúc quyết định ra đi, có thể bà sợ rằng khi đi Mỹ, không có vợ bên cạnh, ông sẽ ngả vào người đàn bà khác. Đàn bà vượt biên đi Mỹ cơ nhỡ cũng đầy rẫy!... Lúc đó, không ai biết chuyện gì sẽ xảy ra!

Và rất có thể, ông sẽ không tiếp tục nỗ lực đến nỗi bị điên như thế, để tìm cách đưa cả những đứa con còn lại đi qua Mỹ. Vì lúc đó, ông hoàn toàn có thể ỷ lại rằng, dù gì ở Việt Nam cũng còn có má lo cho tụi tôi. Và con đường đoàn tụ sẽ càng xa hơn nữa!

Nghĩ theo hướng đó, tôi thầm cảm thấy bội phục má! Nếu mọi tính toán của má là đúng, thì bà quả thật là một người đàn bà có đầu óc phi thường. Là một người vợ hiểu chồng cặn kẽ, và có tầm nhìn cao hơn rất nhiều người đàn bà khác. Chấp nhận rời xa con cái, đẩy chồng mình vào hoàn cảnh không thể lùi bước. Hy sinh cái trước mắt vì một "đại cục" hoàn chỉnh, chính là má tôi chứ còn ai vô đây?

Nhưng tôi đã không còn cơ hội để được một lần hỏi má: *Những suy đoán của con có đúng hay không, má?*

Bởi khi tôi có thể suy nghĩ ra những điều này thì má tôi đã không còn nữa.

CHƯƠNG VIII

CÁNH CỬA VẪN CHƯA KHÉP LẠI

Ba tôi mất trước má tôi chỉ vài tháng.

Tôi nhớ rõ đó là buổi chiều thứ 6, ngày 7 tháng 9 năm 2018. Buổi chiều đó cũng bình thường như mọi ngày thứ 6 khác. Đó là ngày nghỉ của tôi để dành thời gian nấu đồ ăn cho ba má. Tuy Hoàng là người ở chung lo lắng cho ba má nhưng mỗi cuối tuần tôi vẫn nấu sẵn đồ ăn rồi mang đến, đỡ đần một phần cho Hoàng. Khoảng 3h chiều điện thoại cầm tay của tôi reo, đầu dây bên kia giọng Hoàng có vẻ gấp gáp và hơi nóng nảy. Tôi hỏi có chuyện gì vậy? Hoàng ngập ngừng một lát và nói: Ba mất rồi.

Tôi sững người, nhớ lại mình vừa mới đến nhà ông bà vào hôm thứ 2 để thăm ba tôi vì ông bị té, Hoàng cần đưa ông đến bác sĩ nên nhờ tôi đến để trông chừng má. Lúc đó tôi không để ý lắm, chỉ hỏi qua loa: *Ba té có sao không?* Ông đáp, *"cũng đau lắm!"* Không kịp hỏi han gì thêm thì đến giờ Hoàng phải đưa ông đi. Giờ nghĩ lại, tôi có chút ân hận vì đã không hỏi thăm ông nhiều một chút. Có lẽ một phần vì giữa tôi với ông nguyên lai đã rất ít gần gũi, phần nữa là gia đình tôi mọi người vốn dĩ xa cách lạnh nhạt với nhau đã quen. Chúng tôi không có những hành động lời nói thể hiện cử chỉ yêu thương nồng ấm như các gia đình khác. Nhưng giờ tôi có ân hận mấy, cũng đã muộn.

Tôi hỏi Hoàng, *ba đang ở đâu?* Nó trả lời, *buổi trưa ba có vẻ mệt và yếu nên đã bỏ bữa.* Sau đó Hoàng vô kiểm tra, thấy ông có vẻ khó thở nên liền gọi nhân viên cấp cứu đến. Khi họ đến thì ông đã không còn thở nữa. Đưa vào bệnh viện cũng không còn có thể cứu vãn.

Mọi chuyện chỉ xảy ra trong vòng hơn một tiếng đồng hồ.

Lúc đó không hiểu sao tôi rất bình tĩnh. Tôi quyết định rất nhanh, nói Hoàng mau đến chỗ tôi rồi đi lo việc nhà quàn. Vì bên này chỉ có mình tôi là có thể đứng ra sắp xếp. Mấy chị em khác ở khác tiểu bang, muốn trở về cũng cần phải có thời gian, mà mọi việc thì không thể chần chờ được.

*

Chúng tôi chuyển xác ba tôi đến nhà quàn, liên lạc với nhà thờ, báo tin cho các anh chị em v.v. Tôi thay mặt các anh chị em đứng ra tổ chức mọi thứ. Buổi họp mặt gia đình sau đám tang cũng sẽ diễn ra ở nhà tôi. Nói chung là có hàng tỉ việc lắt nhắt phát sinh cho một tang lễ, khiến tôi mệt phờ người!

Ngày viếng tang được ấn định là thứ Sáu tuần sau, thứ Bảy là lễ hạ huyệt.

Suốt mấy ngày sau khi ba tôi mất, tôi và Hoàng không dám báo cho má tôi biết. Mỗi khi bà hỏi ba mày đâu, chúng tôi đều lấp liếm: *ba còn ở bệnh viện chưa về*.

Cho đến hôm thứ 3 tuần sau đó, như có linh tính, bà cứ hỏi mãi: *ba mày đâu?* Thấy không thể giấu tiếp được, Hoàng đành thú thật là ba đã mất.

Má tôi đón nhận tin này trong một sự im lặng buồn bã chao lòng.

Chúng tôi không ai dám nói thêm điều gì, sợ khoét sâu thêm nỗi đau mà bà đang gánh chịu.

Đến ngày thứ Năm, cả nhà tôi 12 anh chị em đã có mặt đầy đủ để nhìn ba tôi lần cuối.

Đó là lần đầu tiên tôi gặp lại Tùng sau hơn 20 năm không có bất kỳ sự liên lạc nào. Ngoài ra còn có vợ chồng anh Khoa, chị Thu; anh Minh và Huệ; đó cũng là những người mà suốt 20 năm hầu như chúng tôi chưa nói chuyện với nhau. Ngoài trừ sự gượng gạo, xa cách, thì chúng tôi cũng như mọi gia đình bình thường khác, cùng ở bên nhau để chia sẻ sự mất mát lớn lao trong đời sống.

*

Đến thứ 7, ngày chôn cất ba tôi.

Khoảng 11h sáng, mọi người đã có mặt đông đủ. Vì đã lâu không qua lại với anh Tùng, anh Khoa, anh Minh, nên trong lòng tôi có cảm giác ngượng ngùng, không được thoải mái. Và tôi đoán họ cũng cùng có cảm giác đó, nên tuy là anh em ruột thịt nhưng chúng tôi cư xử rất nhạt nhẽo, xa lạ, cứ như là người dưng.

Tuy nhiên, tôi cũng hiểu được, đây chính là cơ hội duy nhất nếu tôi muốn xóa đi mọi vướng mắc trong quá khứ để anh em có thể sum vầy lại, như lẽ ra nên thế. Tôi đã mở lời mời anh Tùng và Thủy, anh Minh và Huệ, anh Khoa chị Thu, sau đám tang ghé đến nhà tôi ăn tối. Mọi người đều đồng ý.

Có một số bạn bè của anh Tùng từ thời Đại học cũng bay qua viếng ba tôi, như anh Thành, anh Thuận, anh Dương…

Chôn cất ba tôi xong, tất cả cùng ra nhà hàng để dùng bữa. Vì chúng tôi đến cùng lúc 60-70 người nên nhà hàng không phục vụ kịp, món gì cũng bị chậm trễ. Trong lúc nóng nảy vì chờ đợi, dì Thảo và dượng Lâm đã quát tháo nhân viên nhà hàng. Tôi thấy ngại quá nên vội vã xin lỗi họ. Và tôi cũng xin lỗi dì Thảo dượng Lâm không dưới 10 lần! Đang rối cả lên thì không ngờ chị Linh lại lớn tiếng la rầy tôi, "*vì sao đặt một nhà hàng tệ như vậy để tiếp khách?*"

Tôi thực sự bực mình! Bởi cả một tuần mệt nhọc đủ thứ chuyện của tang lễ, đến lúc căng thẳng cuối cùng vẫn chưa có một lời cảm ơn hay khích lệ từ anh chị em, ngược lại còn bị mắng. Tôi ức lắm nhưng không dám cãi lại chị Linh câu nào! Từ nhỏ chị đã không khác gì mẹ của tôi hết. Cả nhà cũng ít ai dám cãi lại chị. Hôm đó, tôi đã phải nói xin lỗi cả nhà và với khách khứa không dưới 20 lần, chạy ra chạy vào như con thoi để hối thúc nhà bếp làm nhanh. Nghĩ lại hôm ấy, tôi vẫn còn thấy khủng hoảng.

Lúc trở lại nhà tôi đã 4h chiều, bè bạn bà con dần dần tạm biệt, chỉ còn lại mấy anh chị em trong nhà và má tôi. Tùng và Thủy cũng đến. Có một chuyện bất ngờ xảy ra là Tùng đã gặp riêng Huy, tôi, Vy An con gái tôi. Tùng thẳng thắn nói lời xin lỗi về chuyện cũ hồi năm 1997. Tôi bỗng nhận ra mình cũng có lỗi trong đó, khi vì tự ái, vì cảm thấy tổn thương nên đã không chịu giải thích cho rõ ràng, cặn kẽ, để đến nỗi anh em mà mấy chục năm không nhìn mặt nhau. Tôi nói chuyện đã qua, không cần phải bận tâm nữa.

Có lẽ nhờ có đám tang của ba tôi mà tôi và Tùng đã giảng hòa với nhau một cách không thể nhẹ nhàng hơn. Đó là điều thật tốt mà ba đã làm được cho chúng tôi, ngay cả khi ông đã mất. Buông xuống được nỗi khó chịu về Tùng sau 20 năm, tôi thấy thật nhẹ nhõm!

Mọi người bắt đầu quây quần quanh má.

Ngồi được chưa lâu, bỗng dưng chị Linh bật khóc và nói:

- Tôi đã đợi giây phút này từ mấy chục năm nay!

*

Lúc đó tất cả đều lặng đi. Ai nấy đều có vẻ rất xúc động. Nhưng không hiểu sao, tôi lại chẳng có cảm giác gì!

Mặc dù tôi biết rằng những tị hiềm, đau khổ hay hờn giận trong tôi từ lâu đã không còn nữa. Nhưng tôi vẫn không thấy xúc động! Tôi tự hỏi có phải vì đã quá lâu rồi, nên cảm giác của tôi đã chai lì, hay tôi đã chẳng còn quan tâm đến những mối tình cảm đó? Chỉ có sự bối rối và cảm giác mơ hồ lẫn lộn mà chính tôi cũng chẳng lý giải được. Cho đến tận bây giờ, chỉ có một điều tôi biết chắc, tôi muốn được buông bỏ và thanh thản.

Ngay vào thời điểm ngồi trong buổi họp mặt gia đình sau đám tang ấy, phải, chính tại khoảnh khắc ấy, tôi đã nảy ra ý nghĩ viết cuốn hồi ký này. Đó là ngày đầy đủ 12 anh chị em ngồi quây quần sum họp bên nhau, là giây phút mà chị Linh đợi chờ từ mấy chục năm nay!

Có lẽ, để có thể buông bỏ và thanh thản, tôi cần một lần nhìn lại, bằng tâm tư và lý trí của mình, nhớ lại tất cả, một lần nữa. Không phải để tìm câu trả lời cho cái đúng hay cái sai. Mà là tôi muốn biết, sau khi nhìn lại tất cả rồi, *tôi có thanh thản được không?*

*

Những ngày sau khi ba tôi mất, má vẫn mơ hồ rằng ông còn sống. Vì trước đó khá lâu, má đã bị chứng mất trí nhớ của người già. Thỉnh thoảng bà lại hỏi Hoàng hoặc Tuấn: *Ba mày đâu?*

Chúng tôi vẫn cứ trả lời là ba ở nhà thương chưa về. Cho đến khoảng 3-4 tháng sau, má mới nhận thức được là ba đã mất. Bà càng yếu đi nhanh hơn, thậm chí không thể nói chuyện được, chỉ phát ra những tiếng ú ớ… Có mỗi mình Hoàng là hiểu má tôi muốn nói gì qua những âm thanh ú ớ đó. Đa số các anh chị em khác ở xa, tôi chỉ có thể đỡ đần trong việc nấu ăn, tắm rửa cho má. Còn lại mọi gánh nặng chăm sóc một người sắp lìa đời đều đặt lên vai Hoàng. Tôi cảm thấy rất biết ơn nó về những gì nó đã làm cho những năm tháng cuối đời của ba má.

Nhìn má ngày ngày nằm bất động trên giường, tôi vô thức hồi tưởng lại hình ảnh má khi xưa. Một bà giáo nghiêm khắc ở Sài Gòn, một thợ may mẫn cán trên đất Mỹ. Bà thường im lặng. Sự im lặng nghiệt ngã, cô độc. Tôi bỗng nhớ lại quãng thời gian tôi mới qua Mỹ, má cũng phải đi bác sĩ tâm lý để trị liệu. Vì khi ba tôi trở bệnh, bác sĩ tâm lý yêu cầu tất cả những người có liên quan, như vợ chồng con cái cùng sống trong nhà với ông cũng phải đến gặp bác sĩ để họ tham chiếu, nghiên cứu, tìm ra gốc rễ căn bệnh của ba tôi. Cả nhà tôi đều phải đến phòng trị liệu trao đổi với bác sĩ.

Tôi nghĩ không chỉ có ba tôi phát điên, má tôi cũng gần như chạm đến ngưỡng cửa điên loạn, chẳng qua bà không nhận ra, các anh em tôi cũng không ai quan tâm, bởi bà luôn trầm lặng. Chỉ cần một chút xíu nữa thôi, có thể là một biến cố, một nỗi bất hạnh, một cơn đau… Bất cứ nỗi bất an đột ngột nào cũng đều có thể quăng ngay má tôi vào vũng lầy mất trí. Lúc đó Tùng hay dắt má đi bác sĩ. Tùng phiên dịch lời bác sĩ nói cho má tôi nghe, vì má không biết tiếng Anh.

Cuộc sống ở nơi mà mọi người thường gọi là “thiên đường” đã khiến cho ba má lâm bệnh về tinh thần, và khoảng một nửa trong số anh em tôi phải uống thuốc trường kỳ để chữa trị chứng trầm cảm.

Tôi bỗng thấy những lạnh lùng, khó chịu, mà mấy chục năm trước má dành cho tôi đã không còn ý nghĩa gì nữa. Tôi tự hỏi liệu mình có khắt khe quá không? Liệu tôi đã từng đứng trong vai trò của má để suy nghĩ cho bà? Để thông cảm cho hành động bà đã rời bỏ tôi? Chỉ khi có thể đứng được ở góc nhìn của má, tôi mới có thể hiểu được những quyết định của bà. Nhưng, thật đáng tiếc, tôi cảm thấy mình hoàn toàn có thể buông xuôi khát vọng đi tìm câu trả lời, bởi tôi không đủ thấu cảm để nhìn thấy, để hiểu má. Tôi không trải qua những gì má đã trải. Chúng tôi chỉ gắn bó với nhau trong vài năm đầu ngắn ngủi của cuộc đời tôi.

Rồi má ra đi. Và khi tôi tìm đến má, giữa hai chúng tôi là một hố sâu không thể nào lấp kín. Nên, cho đến tận bây giờ, tôi không tìm cách để "hiểu" nữa! Tôi chỉ tìm cách chấp nhận mọi thứ như nó đã xảy ra, như nó là "định mệnh," Coi nó như sự xoay vần của tạo hóa, sự trớ trêu của lịch sử, mà chẳng may, gia đình tôi là một trong số những nạn nhân của lịch sử đó.

*

Đầu tháng 5.2019 Thu qua thăm và ở với má mấy ngày. Sau đó Nga cũng qua và ở lại một tuần. Trước khi Nga về 2 ngày, khoảng 11:30 đêm, Nga gọi điện cho tôi, nói: *Má không thở được*.

Lúc đó phần vì buồn ngủ, phần thấy Nga khá bình tĩnh, má tôi bình thường cũng hay khó thở như vậy, nên tôi bảo Nga cứ gọi bệnh viện đến đưa má vào viện cấp cứu. Chừng 15 phút sau, Nga gọi lại, nói: *Má mất rồi!*

Lúc đó tôi mới bàng hoàng, không nghĩ mọi việc lại diễn ra nhanh như vậy. Tôi tức tốc lấy xe chạy đến nhà má. Đến nơi khoảng 12:30 khuya. Hôm đó là ngày 12 tháng 5. Tôi vô phòng, thấy má nằm im như mọi khi. Chỉ khác là bà đã không còn thở nữa…

Hoàng không muốn đưa má vô nhà xác, nên tụi tôi cùng thức canh bên cạnh má. Hôm sau Tuấn còn phải đi làm nên tôi giục nó cứ đi ngủ. Hoàng cũng chợp mắt chừng 1 tiếng. Tôi và Nga cứ thức như vậy cho đến sáng.

Hai chị em trầm mặc không nói gì nhiều. Tôi không biết cảm giác Nga lúc đó ra sao. Còn tôi, tôi chợt nhận ra, đây mới là lúc mà 12 anh chị em chúng tôi đã chính thức, hoàn toàn đứt lìa hẳn với mối liên kết cuối cùng đã giúp níu kéo chúng tôi vẫn còn gặp nhau, nhìn thấy nhau giữa thế giới rộng lớn.

*

9 giờ sáng, nhà quàn đến mang xác má đi. Tôi và Nga lại tiếp tục chạy loanh quanh lo các việc tổ chức tang lễ. Rút kinh nghiệm lần trước, khi ba tôi mất khá cập rập, lần này tụi tôi quyết định lễ viếng sẽ tổ chức vào 2 tuần sau. Mọi thứ trôi chảy hơn, vì đã trải qua lần tang lễ của ba tôi không lâu trước đó. Thế nhưng, bất đồng xảy ra, vẫn tiếp tục, đó là tôi với chị Linh. Vì một chuyện vẫn không khác mấy!

Chị Trâm, Trang và tôi không muốn bữa tiệc họp mặt gia đình tưởng nhớ người đã khuất sau đám tang lại tổ chức ở nhà hàng. Bởi đã xảy ra việc dì Thảo và dượng Lâm làm ầm lên vì nhà hàng phục vụ chậm trễ khiến chị Linh la mắng tôi lần trước mà tôi vẫn còn nhớ như in. Tôi nghĩ tổ chức ở nhà sẽ tránh được vết xe đổ đó.

Chị Trâm và Trang cũng cho rằng về nhà sum họp sẽ riêng tư hơn, mọi người trong nhà có thể thoải mái nói chuyện. Nhưng chị Linh khăng khăng không chịu.

Chị Linh lại la mắng và lần này chúng tôi đã mâu thuẫn rất lớn! Tôi không hiểu sao chị Linh vẫn giữ rất nhiều suy nghĩ, cách ứng xử giống như hồi còn ở Việt Nam trong khi chúng tôi sống ở Mỹ đã hơn 40 năm? Tôi cũng đã là tôi của người phụ nữ hơn 50 tuổi. Tôi đã rất khó có thể chấp nhận để người khác la mắng mình. Dù đó là người chị mà tôi luôn biết ơn, kính trọng. Huống chi, tôi không cho rằng mình sai khi đề nghị việc tổ chức như vậy. Cái tôi muốn chỉ là sự hòa hợp, ấm áp của tình cảm gia đình. Chứ một hay một trăm bữa tiệc sang trọng nhưng lạnh lẽo ở nhà hàng, đối với chúng tôi bây giờ, đâu có gì là khó?

Sau khi tôi cảm thấy vui vẻ vì giảng hòa được với anh Tùng không bao lâu, gặp lại gia đình anh Khoa, anh Minh… thì bây giờ lại là mối bất hòa giữa tôi và chị Linh. Tôi có cảm giác có một cái gì đó vô hình cứ bám lấy gia đình tôi, không cho chúng tôi cơ hội được trọn vẹn hợp thành một mối. Cứ phải mâu thuẫn, phân ly, *không phải bởi chiến tranh hay khoảng cách địa lý thì cũng bởi chính lòng người.*

Nó đúng hệt như số phận của dân tộc Việt Nam tôi, giữa hai miền Nam-Bắc, giữa bên thắng cuộc và bên thua cuộc, giữa những người Cộng hòa và những người Cộng sản. Cho đến ngày nay, chúng tôi vẫn ở hai bên chiến tuyến. Dù chỉ là trong tâm tưởng. Tinh thần, tư duy, văn hóa của chúng tôi chưa bao giờ hòa hợp. Từ huyền sử lập nước Việt, Lạc Long Quân và bà Âu Cơ, hai vợ chồng đã chia tay và chia đôi số người con, kẻ mang 50 con về biển, người mang 50 con lên ngàn. Nghiệt ngã đó còn mãi chăng?

*

Cuốn hồi ký này dĩ nhiên không thể nói lên hết được những gì đã diễn ra trong suốt nửa thế kỷ qua, ngay cả chỉ rất hạn hẹp trong một mái nhà, điển hình qua gia đình tôi, với tôi. Vẫn còn những góc khuất, những nỗi đau riêng tư không thể phơi bày. Tôi chỉ muốn một phần nào đó, kể lại cho các con tôi, các cháu tôi về chúng tôi. Hy vọng tụi nó có thể hiểu được tại sao tụi nó lại được sinh ra trên đất Mỹ. Tại sao người ta vẫn dạy tụi nó những bài học lịch sử về chiến tranh Việt Nam? Và cuộc chiến đó, đã tạo ra chúng tôi, ra con cháu chúng tôi, những thế hệ "lưu vong," đứt lìa khỏi quê hương, tổ quốc, và thậm chí, đứt lìa khỏi chính gia đình ruột thịt.

Tôi chỉ mong khi hiểu được điều đó, tụi nó sẽ có thể mở lòng ra, tìm kiếm trong chút huyết thống Việt Nam còn sót lại tình cảm với người thân, với nguồn cội – những điều mà chúng tôi đã từng khao khát – để sống với nhau bao dung hơn, gắn bó hơn. Đừng như những gì đã diễn ra với ông cha nó.

Bên cạnh đó là cơ hội bày tỏ lòng biết ơn mà tôi dành cho nước Mỹ vĩ đại. Dù cho những ngày đầu đến đây, trong tôi đã từng là sự đổ vỡ, đau buồn. Nhưng rồi dần dần, sau nhiều năm qua đi, tôi nhận ra nước Mỹ với sự công bằng, quý trọng nhân tài, tạo cơ hội cho mọi tầng lớp, đã khiến chúng tôi mạnh mẽ hơn, không ngừng cố gắng để hội nhập.

Nay con cháu chúng tôi đã sinh ra ở đây, hưởng thụ những đãi ngộ và thành công mà không phải ở đâu cũng có. Đó chính là món quà quý giá mà nước Mỹ đã trao cho chúng tôi, cơ hội được sống lại một lần nữa, trọn vẹn và đầy phẩm giá.

Và tôi hy vọng những người bạn Mỹ, người nước ngoài, tình cờ đọc được cuốn sách nhỏ bé này, họ sẽ có thể hiểu hơn về nước Việt Nam, quê hương của những số phận đã BỊ LỰA CHỌN. Chúng tôi bị chọn phải đổ máu, phải chia lìa trong suốt lịch sử hàng ngàn năm, chẳng có mấy ngày yên ắng!

PHỤ LỤC

HÌNH ẢNH GIA ĐÌNH TÁC GIẢ

Ảnh họa Bà Ngoại.

Ảnh Ba lúc vào học quân trường Võ Bị Quốc Gia, Đà Lạt, 1953

Ba Má ảnh ngày cưới, Hà Nội. Ảnh dưới: Ba má năm 1954

Ba Má và anh Khoa tại Sở Thú Sài Gòn, 1954.

Ba Má, Khoa, Linh, Minh, Trâm,Tùng, Thanh, Thu, Nga, 1965.

Ba là Hiệu Trưởng trường Sao Mai, Hà Nội, 1952

Mấy chị em gái thời nhỏ

MỘT SỐ HÌNH ẢNH CỦA BA TÁC GIẢ PHỤC VỤ TRONG QUÂN LỰC VIỆT NAM CỘNG HÒA

(do Ba tác giả đã mất nên gia đình không biết rõ nội dung của những tấm ảnh lưu niệm này của ông)

TRƯỜNG ANH-NGỮ QUÂN-ĐỘI

XÂY DỰNG ĐỜI

VUI TẾT TRUNG-THU KỲ-HỘI
NHỚ ƠN CHIẾN-SĨ CỘNG-HÒA.

Trường Cộng Hòa của Ba Má trước năm 1975 ở quận Tân Bình, Sài Gòn.

Trường và nhà trước năm 1975, chụp lại khi về Việt Nam, góc đường Thủ Khoa Huân.

Trường Tư thục của ba má ở quận Tân Bình ngày xưa, nay là trường mẫu giáo của nhà nước.

Ba ngày mới qua Mỹ đi làm ở hãng Xerox

Ba Má và 6 người con ở Mỹ, 1975.

Tác giả ngày engagement 1989

Ba nuôi Huy, Huy và gia đình tác giả trong ngày đám hỏi 1989

Tác giả ngày cưới 1990

Hình honeymoon của tác giả, 1990

Vy An và Sean 1997

Ba má

Má, Hoàng, John.

Di ảnh Ba của tác giả, 2018

Di ảnh Má của tác giả

Người chị thân thiết nhất của tác giả

Ba, Má, Chị Trâm, Hoàng & Tuấn ở Seal Beach 2018

Salt Lake City 2018

Yellow Stone 2018

Huntington Harbor, 2020

Gia đình tác giả, 2020

MỤC LỤC

www.ingramcontent.com/pod-product-compliance
Lightning Source LLC
LaVergne TN
LVHW052129041026
849558LV00010B/217